ANG LAHAT NG AKLAT NG LUTUIN NG TSINO

Pag-unlock sa mga Sikreto ng Tunay na Lutuing Tsino

Miriam Santana

Copyright Material ©2023

Lahat ng Karapatan ay Nakalaan

Walang bahagi ng aklat na ito ang maaaring gamitin o ipadala sa anumang anyo o sa anumang paraan nang walang wastong nakasulat na pahintulot ng publisher at may-ari ng copyright, maliban sa mga maikling sipi na ginamit sa isang pagsusuri. Ang aklat na ito ay hindi dapat ituring na kapalit ng medikal, legal, o iba pang propesyonal na payo.

TALAAN NG MGA NILALAMAN

TALAAN NG MGA NILALAMAN 3
PANIMULA 6
MANOK 7
    1. Sweet and Sour Chicken 8
    2. Kung Pao Chicken 10
    3. Pangkalahatang Manok 12
    4. Asian Chicken Salad 15
    5. Inihaw na Asian Chicken 17
    6. Lemon Chicken 19
    7. Kung Pao Chicken 21
    8. Broccoli Chicken 23
    9. Tangerine Zest Chicken 25
    10. Cashew Chicken 28
    11. Velvet Chicken at Snow Peas 31
    12. Manok at Gulay na may Black Bean Sauce 34
    13. Green Bean Chicken 37
    14. Manok sa Sesame Sauce 39
    15. Matamis-at-Maasim na Manok 42
    16. Moo Goo Gai Pan 45
    17. Chinese takeout fried chicken wings 48
    18. Thai basil na manok 50
BEEF 52
    19. Chinese Pepper Steak 53
    20. Restaurant Style Beef at Broccoli 55
    21. Tomato at Beef Stir-Fry 57
    22. Karne ng baka at Brokuli 60
    23. Black Pepper Beef Stir-Fry 62
    24. Sesame Beef 65
    25. Mongolian Beef 68
    26. Sichuan Beef na may Celery at Carrots 71
    27. Hoisin Beef Lettuce Cups 74
    28. Thai basil beef 76
PORK 78
    29. Pritong Pork Chops na may Sibuyas 79
    30. Cantonese roast pork belly 82
    31. Limang Spice Pork with Bok Choy 85
    32. Hoisin Pork Stir-Fry 87
    33. Dalawang beses na Lutong Tiyan ng Baboy 89

34. Chinese BBQ na baboy 92
35. Nilagang tiyan ng baboy 95
36. Chinese Spareribs 97
37. Mu Shu Pork with Skillet Pancakes 99
38. Steamed BBQ pork buns 102
39. Pork Spareribs na may Black Bean Sauce 105
40. Pork Congee 107

Kordero 109
41. Pinirito na Mongolian Lamb 110
42. Cumin-Spiced Kordero 112
43. Kordero na may Luya at Leeks 115
44. Chinese Lamb Slivers in Pungent Sauce 118
45. Chinese Long Beans with Lamb 121
46. Xinjiang Cumin Lamb 124
47. Beijing (Peking) Nilagang Tupa 127

ISDA AT SEAFOOD 129
48. Velveted Scallops 130
49. Hipon at Scrambled Egg 133
50. Szechwan Shrimp 136
51. Crab Rangoon 138
52. Chinese Broccoli na may Oyster Sauce 140
53. Shanghainese-Style Stir-Fried Shrimp 142
54. Walnut Shrimp 144
55. Hipon ng Asin at Paminta 147
56. Coconut Curry Crab 149
57. Deep-Fried Black Pepper Squid 151
58. Lasing na Hipon 153
59. Seafood at Veggie Stir-Fry na may Noodles 155
60. Whole Steamed Fish with Ginger and Scallions 158
61. Pinirito na Isda na may Luya at Bok Choy 161
62. Tahong sa Black Bean Sauce 163
63. Deep-Fried Oysters na may Chili-Garlic Confetti 165

GULAY SIR-FRIES 167
64. Pinirito na Snow Peas 168
65. Stir-Fried Spinach na may Bawang at Soy Sauce 170
66. Spicy Stir-Fried Napa Cabbage 172
67. Stir-Fried Lettuce na may Oyster Sauce 174
68. Stir-Fried Sesame Asparagus 176
69. Tomato Egg Stir-Fry 178
70. Pinirito na Broccoli at Bamboo Shoots 180

71. Dry-Fried String Beans	182
72. Pinirito na Bok Choy at Mushrooms	184
73. Pinirito na Mushroom at Squash	186
74. Pinaghalo ng Gulay na Medley	188

TOFU 190

75. Ma Po Tofu	191
76. Hunan-Style Tofu	194
77. Talong at Tofu sa Sizzling Garlic Sauce	197

SABAW 199

78. Egg Drop Soup	200
79. Sabaw ng pansit na kari ng niyog	202
80. Spicy beef noodle soup	204
81. Yellow Egg drop soup	206
82. Simpleng wonton soup	208
83. Beef Noodle Soup	211
84. Mainit-at-Maasim na Sopas	214
85. Egg Drop Soup	217

MGA BIHON 219

86. Bawang Noodles	220
87. Singapore Noodles	222
88. Glass Noodles na may Napa Cabbage	225
89. Lasing na pansit	228
90. Hakka Noodles	231
91. Gulay Lo Mein	234
92. Sichuan dan dan noodles	236

SINANGAG 239

93. Egg fried rice	240
94. Pinausukang Trout Fried Rice	243
95. Classic pork fried rice	245
96. Chinese Chicken Fried Rice	247
97. Fried Rice na may Hipon, Itlog, at Scallions	249
98. Spam Fried Rice	251
99. Chinese Stir-Fried Vegetable Over Rice	254
100. Chinese Sausage Fried Rice	256

KONGKLUSYON 258

PANIMULA

Maligayang pagdating sa ANG LAHAT NG AKLAT NG LUTUIN NG TSINO, ang iyong gateway sa pag-unlock ng mahigpit na binabantayang mga lihim ng tunay na lutuing Chinese. Ang pamana ng culinary ng China ay kasinglawak at iba't iba gaya ng mayamang kasaysayan nito, at ang cookbook na ito ang iyong susi sa paggalugad sa mapang-akit na mundo ng mga lasa, diskarte, at tradisyon ng Chinese.

Sa pagsisimula mo sa culinary journey na ito, matutuklasan mo ang sining ng pagbabalanse ng matamis at malasa, ang kahalagahan ng texture, at ang kultural na kahalagahan ng bawat ulam. Mula sa mataong kalye ng Beijing hanggang sa mga tahimik na tea house ng Hangzhou, ang culinary landscape ng China ay isang patuloy na umuunlad na tapiserya na sumasalamin sa malalim na pinag-ugatan na mga tradisyon at kontemporaryong inobasyon ng bansa.

Sa cookbook na ito, aalamin namin ang mga sangkap, kagamitan, at paraan ng pagluluto na mahalaga sa paggawa ng mga tunay na Chinese dish sa sarili mong kusina. Matututuhan mo kung paano i-master ang wok, i-decode ang kumplikadong lasa ng mga Chinese sauce, at tikman ang mga regional specialty mula sa bawat sulok ng China. Baguhang kusinero ka man o bihasang chef, ang cookbook na ito ay idinisenyo upang magbigay ng inspirasyon, turuan, at pasayahin ang iyong panlasa.

Kaya, maghanda upang simulan ang isang masarap na pakikipagsapalaran sa gitna ng China, at sabay-sabay nating i-unlock ang mga sikreto ng tunay na lutuing Chinese.

MANOK

1.Matamis at maasim na Manok

MGA INGREDIENTS:
- 1 (8 Onsa) Can Pineapple Chunks, Natuyo (Juice Reserved)
- ¼ tasa ng gawgaw
- 1¾ Tasa ng Tubig, Hinati
- ¾ Tasang Puting Asukal
- ½ tasang Distilled White Vinegar
- 2 Patak ng Orange na Kulay ng Pagkain
- 8 Walang Balat, Walang Buto na Mga Halves ng Dibdib ng Manok, cubed
- 2 ¼ tasa Self-Rising Flour
- 2 Kutsarang Langis ng Gulay
- 2 kutsarang gawgaw
- ½ Kutsarita ng Asin
- ¼ Kutsarita ng Ground White Pepper
- 1 Itlog
- 1 ½ Tasang Tubig
- 1 Quart Vegetable Oil Para sa Pagprito
- 2 Green Bell Pepper, Gupitin sa 1 Inch na Piraso

MGA TAGUBILIN:
a) Sa isang kawali magdagdag ng 1 ½ tasa ng tubig na may suka, pineapple juice, asukal at orange na pangkulay ng pagkain. Hayaang maluto hanggang sa kumulo ang apoy.
b) Ngayon pagsamahin ang ¼ tasa ng cornstarch sa ¼ tasa ng tubig at ibuhos sa kawali sa pamamagitan ng patuloy na paghahalo. Itabi.
c) Sa isang mangkok magdagdag ng harina, 2 kutsarang gawgaw, itlog, 2 kutsarang mantika, tubig na asin at puting paminta. Haluing mabuti.
d) Ngayon magdagdag ng mga piraso ng manok sa batter na ito at pukawin.
e) Mag-init ng mantika sa kawali at magdagdag ng mga piraso ng manok, iprito hanggang maging maganda ang kayumanggi.
f) Ilipat sa serving dish na may bell pepper at pineapple chunk at itaas na may mainit na sarsa.

2.Kung Pao na Manok

MGA INGREDIENTS:
- 1 Pound Walang Balat, Walang Buto na Mga Halves ng Dibdib ng Manok, nakakubo
- 2 Kutsarang Puting Alak
- 2 Kutsarang Soy Sauce
- 2 Kutsarang Sesame Oil, Hinati
- 2 Kutsarang Cornstarch, Natunaw Sa 2 Kutsarang Tubig
- 1 Onsa Hot Chile Paste
- 1 Kutsaritang Distilled White Vinegar
- 2 Kutsaritang Brown Sugar
- 4 na berdeng sibuyas, tinadtad
- 1 Kutsarang Tinadtad na Bawang
- 1 (8 Onsa) Latang Tubig ng Chestnuts
- 4 na onsa na tinadtad na mani

MGA TAGUBILIN:
a) Sa isang mangkok magdagdag ng 1 kutsarang toyo, mantika, 1 kutsarang alak, gawgaw at haluing mabuti.
b) Magdagdag ng mga piraso ng manok at ihalo upang pagsamahin.
c) Takpan at ilagay sa refrigerator sa loob ng 30 minuto.
d) Sa isang kasirola magdagdag ng 1 kutsarang alak, mantika, 1 kutsarang toyo, gawgaw, sibuyas, kastanyas ng tubig, mani at bawang. Magluto ng 5-10 minuto.
e) Sa hiwalay na kawali idagdag ang manok at iprito ng 10-15 minuto at pagkatapos ay ilipat sa sarsa.
f) Magluto ng 10-15 minuto at pagkatapos ay patayin ang init.

3.Pangkalahatang Manok

MGA INGREDIENTS:
- 4 na tasang langis ng gulay para sa pagprito
- 1 Itlog
- 1 ½ Libra Walang Buto, Walang Balat na Hita ng Manok, Cubed
- 1 Kutsarita ng Asin
- 1 Kutsaritang Puting Asukal
- 1 Kurot na Puting Paminta
- 1 tasang gawgaw
- 2 Kutsarang Langis ng Gulay
- 3 kutsarang tinadtad na berdeng sibuyas
- 1 siwang Bawang, tinadtad
- 6 Pinatuyong Buong Pulang Sili
- 1 Strip Orange Zest
- ½ tasang Puting Asukal
- ¼ Kutsarita ng Ground Ginger
- 3 Kutsarang Sabaw ng Manok
- 1 Kutsarang Bigas
- ¼ tasang Soy Sauce
- 2 Kutsarita ng Sesame Oil
- 2 Kutsarita ng Peanut Oil
- 2 Kutsarita ng Cornstarch
- ¼ Tasa ng Tubig

MGA TAGUBILIN:
a) Sa isang mangkok magdagdag ng mga itlog, asin, puting paminta, 1 tasa ng gawgaw, asukal at talunin ng mabuti.
b) Idagdag ang mga cube ng manok, ihalo nang maigi.
c) Painitin ang 3 tasang vegetable oil sa kawali at ilagay ang mga cube ng manok at hayaang maluto hanggang mag-golden brown.
d) Pagkatapos ay ilipat sa tuwalya ng papel at alisan ng tubig ang labis na langis.
e) Sa kasirola magpainit ng 2 kutsarang langis ng gulay at igisa ang sibuyas, orange zest, sili at bawang sa loob ng 1-2 minuto.
f) Ngayon magdagdag ng sabaw ng manok, 1.2 tasa ng asukal, suka, sesame oil, luya, toyo at langis ng mani. Hayaang kumulo ng 3 minuto.
g) Sa tubig magdagdag ng 2 tablespoons ng cornstarch, haluing mabuti at ibuhos sa kasirola sa pamamagitan ng patuloy na paghahalo. Magluto ng 1-2 minuto.
h) Ngayon magdagdag ng manok at hayaang maluto hanggang sa lumapot ang sarsa.
i) Ihain at magsaya.

4. Asian Chicken Salad

MGA INGREDIENTS:
- 2 Kutsarang Brown Sugar
- 2 Kutsaritang Soy Sauce
- 1 Kutsarang Sesame Oil (Opsyonal)
- ¼ tasang Langis ng Gulay
- 3 Kutsarang Bigas
- 1 (8 Onsa) Package na Tuyong Bigas
- 1 Head Iceberg Lettuce - Binanlawan, Tinuyo, At Tinadtad
- 4 Walang Boneless Dibdib ng Manok, Niluto At Ginutay-gutay
- 3 berdeng sibuyas, tinadtad
- 1 Kutsarang Sesame Seed, Inihaw

MGA TAGUBILIN:

a) Kumuha ng mangkok at ilagay ang toyo, brown sugar, salad oil, sesame oil, rice vinegar, haluing mabuti at ilagay sa isang tabi ng 30 minuto.

b) Sa isang kasirola magdagdag ng ilang patak ng mantika na may mga noodles at ipritong mabuti. Lutuin nang maayos si papa.

c) Sa isang mangkok magdagdag ng ginutay-gutay na manok, iceberg lettuce sesame seeds at berdeng sibuyas, ihagis upang pagsamahin. Ilagay sa refrigerator sa loob ng 10 minuto.

d) Ilagay ang nilutong pansit at ihalo nang maigi.

e) Ibuhos ang dressing sa salad at ihain.

5.Inihaw na Asian Chicken

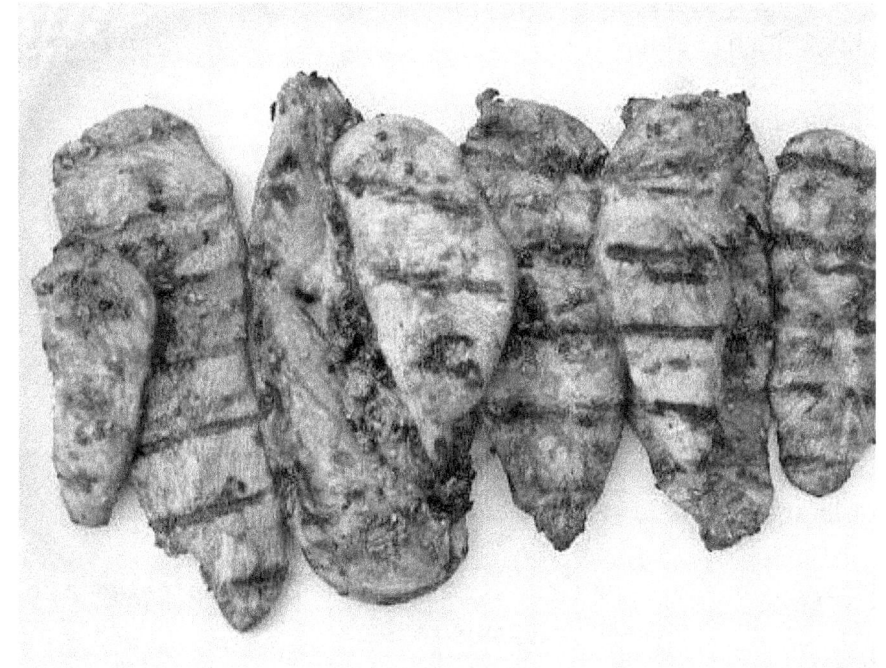

MGA INGREDIENTS:
- ¼ tasang Soy Sauce
- 4 Kutsarita ng Sesame Oil
- 2 Kutsarang Honey
- 3 hiwa ng sariwang ugat ng luya
- 2 Siwang Bawang, Dinurog
- 4 Walang Balat, Walang Buto na Halves ng Dibdib ng Manok

MGA TAGUBILIN:

a) Sa isang mangkok magdagdag ng pulot, toyo, mantika, luya at bawang, ihalo nang mabuti. Ang mangkok ay dapat na ligtas sa microwave.

b) Ilagay sa microwave sa loob ng 30 segundo.

c) Idagdag ang manok at ihalo upang pagsamahin.

d) Painitin muna ang grill sa katamtamang init at grasa ng mantika.

e) Alisin ang marinade sa manok at ibuhos sa kasirola. Pakuluan ng 1-2 minuto. Itabi.

f) Ilagay ang manok sa pinainit na grill at lutuin hanggang maganda ang ginintuang mula sa magkabilang panig.

g) Ibuhos ang nilutong marinade oven na manok at lutuin ng isa pang 1-2 minuto.

6. Lemon Chicken

MGA INGREDIENTS:
- 3 pounds na walang buto na mga suso ng manok, gupitin sa 2-pulgada na mga piraso
- 1 Kutsarang Dry Sherry
- 1 Kutsarang Soy Sauce
- ½ Kutsarita ng Asin
- 2 itlog
- 2 tasang Langis ng Gulay
- ¼ tasa ng gawgaw
- ½ Kutsaritang Baking Powder
- ⅓ Tasa ng Puting Asukal
- 1 Kutsarita ng Cornstarch
- 1 tasang Sabaw ng Manok
- 1 Kutsarita ng Lemon Juice
- 1 Kutsarita ng Asin
- 1 Lemon, hiniwa
- 2 Kutsarang Langis ng Gulay

MGA TAGUBILIN:
a) Kumuha ng mangkok at ilagay ang manok, toyo, ½ kutsarita ng asin at sherry sauce, ihalo nang mabuti.
b) Takpan at ilagay sa refrigerator sa loob ng 20 minuto.
c) Sa hiwalay na mangkok ilagay ang cornstarch, itlog at baking powder, haluing mabuti.
d) Magdagdag ng mga piraso ng manok at ihalo nang mabuti. Itabi.
e) Init ang 2 tasa ng mantika sa malalim na kawali at iprito ang mga piraso ng manok sa mga batch.
f) Iwanan upang iprito hanggang sa ginintuang kayumanggi.
g) Ikalat sa tuwalya ng papel upang maubos ang labis na langis.
h) Sa isang mangkok magdagdag ng asukal, sabaw, 1 kutsarita ng asin, 1 kutsarang cornstarch lemon slices at lemon juice, ihalo.
i) Sa isang kasirola magpainit ng 2 kutsarang mantika at ihalo ang pinaghalong lemon.
j) Lutuin hanggang sa bahagyang lumapot ang sauce.
k) Ibuhos ang manok at ihain.

7.Kung Pao na Manok

MGA INGREDIENTS:
- 3 kutsarita ng light soy sauce
- 2½ kutsarita ng gawgaw
- 2 kutsarita ng Chinese black vinegar
- 1 kutsarita ng Shaoxing rice wine
- 1 kutsarita ng sesame oil
- ¾ pound walang buto, walang balat, hita ng manok, hiwa sa 1-pulgada
- 2 kutsarang langis ng gulay
- 6 hanggang 8 buong pinatuyong pulang sili
- 3 scallion, puti at berdeng bahagi na pinaghiwalay, hiniwa ng manipis
- 2 sibuyas ng bawang, tinadtad
- 1 kutsarita binalatan tinadtad na sariwang luya
- ¼ tasa ng unsalted dry roasted peanuts

MGA TAGUBILIN:
a) Sa isang medium na mangkok, haluin ang light soy, cornstarch, black vinegar, rice wine, at sesame oil hanggang matunaw ang cornstarch. Idagdag ang manok at haluin ng malumanay para mabalot. I-marinate sa loob ng 10 hanggang 15 minuto, o sapat na oras upang maihanda ang natitirang sangkap.

b) Init ang isang kawali sa katamtamang init hanggang sa sumirit ang isang patak ng tubig at sumingaw kapag nadikit. Ibuhos ang langis ng gulay at paikutin upang mabalot ang base ng wok.

c) Idagdag ang mga sili at igisa ng mga 10 segundo, o hanggang sa magsimula na silang umitim at bahagyang mabango ang mantika.

d) Idagdag ang manok, inireserba ang marinade, at iprito sa loob ng 3 hanggang 4 na minuto, hanggang sa hindi na kulay rosas.

e) Ihagis ang mga scallion whites, bawang, at luya at iprito nang mga 30 segundo. Ibuhos ang marinade at ihalo para mabalot ang manok. Ihagis ang mga mani at lutuin ng isa pang 2 hanggang 3 minuto, hanggang sa maging makintab ang sarsa.

f) Ilipat sa isang serving plate, palamutihan ng scallion greens, at ihain nang mainit.

8.Broccoli Chicken

MGA INGREDIENTS:
- 1 kutsarang Shaoxing rice wine
- 2 kutsarita ng light soy sauce
- 1 kutsaritang tinadtad na bawang
- 1 kutsarita ng gawgaw
- ¼ kutsarita ng asukal
- ¾ pound walang buto, walang balat na mga hita ng manok, gupitin sa 2-pulgadang tipak
- 2 kutsarang langis ng gulay
- 4 na binalatan na sariwang hiwa ng luya, halos isang-kapat ang laki
- Kosher na asin
- 1-pound broccoli, gupitin sa kagat-laki ng mga florets
- 2 kutsarang tubig
- Red pepper flakes (opsyonal)
- ¼ cup Black Bean Sauce o black bean sauce na binili sa tindahan

MGA TAGUBILIN:

a) Sa isang maliit na mangkok, paghaluin ang rice wine, light soy, bawang, cornstarch, at asukal. Ilagay ang manok at i-marinate ng 10 minuto.

b) Init ang isang kawali sa katamtamang init hanggang sa sumirit ang isang patak ng tubig at sumingaw kapag nadikit. Ibuhos ang langis ng gulay at paikutin upang mabalot ang base ng wok. Magdagdag ng luya at isang pakurot ng asin. Hayaang uminit ang luya nang humigit-kumulang 30 segundo, paikutin nang marahan.

c) Ilipat ang manok sa wok, itapon ang marinade. Haluin ang manok sa loob ng 4 hanggang 5 minuto, hanggang sa hindi na kulay rosas. Idagdag ang broccoli, tubig, at isang kurot ng red pepper flakes (kung ginagamit) at iprito ng 1 minuto. Takpan ang kawali at pasingawan ang broccoli sa loob ng 6 hanggang 8 minuto, hanggang sa ito ay malutong.

d) Haluin ang black bean sauce hanggang sa mabalot at uminit, mga 2 minuto, o hanggang ang sauce ay lumapot nang bahagya at maging makintab.

e) Itapon ang luya, ilipat sa isang pinggan, at ihain nang mainit.

9. Tangerine Zest Chicken

MGA INGREDIENTS:
- 3 malalaking puti ng itlog
- 2 kutsarang gawgaw
- 1½ kutsarang light soy sauce, hinati
- ¼ kutsarita ng giniling na puting paminta
- ¾ pound walang buto, walang balat na mga hita ng manok, hiwa-hiwain sa laki ng kagat
- 3 tasa ng langis ng gulay
- 4 na binalatan na sariwang hiwa ng luya, bawat isa ay halos isang-kapat ang laki
- 1 kutsarita ng Sichuan peppercorns, bahagyang basag
- Kosher na asin
- ½ dilaw na sibuyas, hiniwa nang manipis sa ¼-pulgada ang lapad na mga piraso
- Balatan ang 1 tangerine, ginutay-gutay sa ⅛-pulgada-kapal na piraso
- Juice ng 2 tangerines (mga ½ tasa)
- 2 kutsarita ng sesame oil
- ½ kutsarita ng suka ng bigas
- Banayad na kayumanggi asukal
- 2 scallions, hiniwa ng manipis, para sa dekorasyon
- 1 kutsarang linga, para sa dekorasyon

MGA TAGUBILIN:
a) Sa isang mixing bowl, gamit ang isang tinidor o whisk, talunin ang mga puti ng itlog hanggang sa mabula at hanggang sa mabula ang mas mahigpit na mga kumpol. Haluin ang cornstarch, 2 kutsarita ng light soy, at puting paminta hanggang sa maihalo. I-fold ang manok at i-marinate ng 10 minuto.

b) Ibuhos ang langis sa kawali; ang langis ay dapat na mga 1 hanggang 1½ pulgada ang lalim. Dalhin ang mantika sa 375°F sa medium-high heat. Maaari mong sabihin na ang langis ay nasa tamang temperatura kapag isawsaw mo ang dulo ng kahoy na kutsara sa mantika. Kung ang langis ay bula at sizzles sa paligid nito, ang langis ay handa na.

c) Gamit ang slotted spoon o wok skimmer, iangat ang manok mula sa marinade at ipagpag ang sobra. Maingat na ibababa sa mainit na mantika. Iprito ang manok sa batch sa loob ng 3 hanggang 4 na minuto, o hanggang sa maging golden brown ang manok at malutong sa ibabaw. Ilipat sa isang papel na may linyang plato.

d) Ibuhos ang lahat maliban sa 1 kutsarang mantika mula sa kawali at ilagay ito sa medium-high heat. I-swirl ang mantika upang mabalutan ang base ng wok. Timplahan ang mantika sa pamamagitan ng pagdaragdag ng luya, peppercorns, at isang pakurot ng asin. Hayaang sumirit ang luya at peppercorn sa mantika nang humigit-kumulang 30 segundo, dahan-dahang umiikot.

e) Idagdag ang sibuyas at iprito, ihagis at i-flip gamit ang wok spatula sa loob ng 2 hanggang 3 minuto, o hanggang sa maging malambot at translucent ang sibuyas. Idagdag ang balat ng tangerine at iprito ng isa pang minuto, o hanggang mabango.

f) Idagdag ang tangerine juice, sesame oil, suka, at isang kurot ng brown sugar. Pakuluan ang sarsa at kumulo ng mga 6 minuto, hanggang sa mabawasan ng kalahati. Dapat itong maging syrupy at sobrang tangy. Tikman at magdagdag ng isang pakurot ng asin, kung kinakailangan.

g) Patayin ang apoy at idagdag ang pritong manok, ihagis upang malagyan ng sarsa. Ilipat ang manok sa isang pinggan, itapon ang luya, at palamutihan ng hiniwang scallion at sesame seeds. Ihain nang mainit.

10. Cashew Chicken

MGA INGREDIENTS:
- 1 kutsarang light soy sauce
- 2 kutsarita ng Shaoxing rice wine
- 2 kutsarita ng gawgaw
- 1 kutsarita ng sesame oil
- ½ kutsarita ng giniling na Sichuan peppercorns
- ¾ pound walang buto, walang balat, hita ng manok, gupitin sa 1-pulgadang cube
- 2 kutsarang langis ng gulay
- ½-inch na piraso binalatan ng pinong tinadtad na sariwang luya
- Kosher na asin
- ½ pulang kampanilya paminta, gupitin sa ½ pulgadang piraso
- 1 maliit na zucchini, gupitin sa ½ pulgadang piraso
- 2 sibuyas ng bawang, tinadtad
- ½ tasang unsalted dry roasted cashews
- 2 scallion, puti at berdeng bahagi na pinaghiwalay, hiniwa ng manipis

MGA TAGUBILIN:

a) Sa isang medium na mangkok, haluin ang light soy, rice wine, cornstarch, sesame oil, at Sichuan pepper. Idagdag ang manok at haluin ng malumanay para mabalot. Hayaang mag-marinate sa loob ng 15 minuto, o para sa sapat na oras upang maihanda ang natitirang mga sangkap.

b) Init ang isang kawali sa katamtamang init hanggang sa sumirit ang isang patak ng tubig at sumingaw kapag nadikit. Ibuhos ang langis ng gulay at paikutin upang mabalot ang base ng wok. Timplahan ang mantika sa pamamagitan ng pagdaragdag ng luya at isang pakurot ng asin. Hayaang sumirit ang luya sa mantika sa loob ng mga 30 segundo, dahan-dahang umiikot.

c) Gamit ang mga sipit, iangat ang manok mula sa marinade at ilipat sa wok, inireserba ang marinade. Haluin ang manok sa loob ng 4 hanggang 5 minuto, hanggang sa hindi na kulay rosas. Idagdag ang pulang kampanilya, zucchini, at bawang at iprito sa loob ng 2 hanggang 3 minuto, o hanggang malambot ang mga gulay.

d) Ibuhos ang marinade at ihalo upang mabalutan ang iba pang sangkap. Pakuluan ang marinade at ipagpatuloy ang pagprito sa loob ng 1 hanggang 2 minuto, hanggang sa maging makapal at makintab ang sarsa. Haluin ang cashews at lutuin ng isa pang minuto.

e) Ilipat sa isang serving plate, palamutihan ng mga scallion, at ihain nang mainit.

11. Velvet Chicken at Snow Peas

MGA INGREDIENTS:
- 2 malaking puti ng itlog
- 2 kutsarang gawgaw, kasama ang 1 kutsarita
- ¾ pound walang buto, walang balat na dibdib ng manok
- 3½ kutsarang langis ng gulay, hinati
- ⅓ tasa ng low-sodium na sabaw ng manok
- 1 kutsarang Shaoxing rice wine
- Kosher na asin
- Giiling na puting paminta
- 4 na binalatan na sariwang hiwa ng luya
- 1 (4-onsa) lata na hiniwa-hiwa na mga usbong ng kawayan, binanlawan at pinatuyo
- 3 sibuyas ng bawang, tinadtad
- ¾ pound snow peas o sugar snap peas, tinanggal ang mga string

MGA TAGUBILIN:
a) Sa isang mixing bowl, gamit ang isang tinidor o whisk, talunin ang mga puti ng itlog hanggang sa mabula at ang mas mahigpit na mga kumpol ng puti ng itlog ay mabula. Haluin ang 2 kutsarang gawgaw hanggang sa mahalo at hindi na madikit. I-fold ang manok at 1 kutsarang vegetable oil at i-marinate.
b) Sa isang maliit na mangkok, haluin ang sabaw ng manok, rice wine, at natitirang 1 kutsarita ng cornstarch, at timplahan ng asin at puting paminta ang bawat isa. Itabi.
c) Dalhin ang isang medium na kasirola na puno ng tubig sa isang pigsa sa mataas na init. Magdagdag ng ½ kutsarang mantika at bawasan ang apoy hanggang kumulo. Gamit ang isang wok skimmer o slotted na kutsara upang hayaang maubos ang marinade, ilipat ang manok sa kumukulong tubig. Haluin ang manok para hindi magkadikit ang mga piraso. Magluto ng 40 hanggang 50 segundo, hanggang sa maputi ang labas ng manok ngunit hindi maluto. Alisan ng tubig ang manok sa isang colander at iwaksi ang labis na tubig. Itapon ang kumukulong tubig.
d) Init ang isang kawali sa katamtamang init hanggang sa sumirit ang isang patak ng tubig at sumingaw kapag nadikit. Ibuhos ang natitirang 2 kutsara ng mantika at paikutin upang mabalutan ang base ng wok. Timplahan ang mantika sa pamamagitan ng pagdaragdag ng mga hiwa ng luya at asin. Hayaang sumirit ang luya sa mantika sa loob ng mga 30 segundo, dahan-dahang umiikot.
e) Idagdag ang mga usbong ng kawayan at bawang at, gamit ang isang wok spatula, ihalo sa mantika at lutuin hanggang mabango, mga 30 segundo. Idagdag ang mga gisantes ng niyebe at iprito nang halos 2 minuto hanggang sa matingkad na berde at malutong na malambot. Idagdag ang manok sa kawali at paikutin ang pinaghalong sarsa. Ihagis sa coat at ipagpatuloy ang pagluluto ng 1 hanggang 2 minuto.
f) Ilipat sa isang pinggan at itapon ang luya. Ihain nang mainit.

12. Manok at Gulay na may Black Bean Sauce

MGA INGREDIENTS:
- 1 kutsarang light soy sauce
- 1 kutsarita ng sesame oil
- 1 kutsarita ng gawgaw
- ¾ pound walang buto, walang balat na mga hita ng manok, hiwa-hiwain sa laki ng kagat
- 3 tablespoons langis ng gulay, hinati
- 1 binalatan na sariwang hiwa ng luya, halos isang-kapat ang laki
- Kosher na asin
- 1 maliit na dilaw na sibuyas, gupitin sa kagat-laki ng mga piraso
- ½ pulang kampanilya paminta, gupitin sa laki ng kagat
- ½ dilaw o berdeng kampanilya na paminta, gupitin sa kagat-laki ng mga piraso
- 3 sibuyas ng bawang, tinadtad
- ⅓ tasa ng Black Bean Sauce o black bean sauce na binili sa tindahan

MGA TAGUBILIN:

a) Sa isang malaking mangkok, haluin ang light soy, sesame oil, at cornstarch hanggang sa matunaw ang cornstarch. Idagdag ang manok at ihagis upang malagyan ng marinade. Itabi ang manok para mag-marinate ng 10 minuto.

b) Init ang isang kawali sa katamtamang init hanggang sa sumirit ang isang patak ng tubig at sumingaw kapag nadikit. Ibuhos ang 2 kutsarang langis ng gulay at paikutin upang mabalutan ang base ng wok. Timplahan ang mantika sa pamamagitan ng pagdaragdag ng luya at isang pakurot ng asin. Hayaang sumirit ang luya sa mantika sa loob ng mga 30 segundo, dahan-dahang umiikot.

c) Ilipat ang manok sa wok at itapon ang marinade. Hayaang maluto ang mga piraso sa kawali sa loob ng 2 hanggang 3 minuto. I-flip upang ihain sa kabilang panig para sa isa pang 1 hanggang 2 minuto pa. Igisa sa pamamagitan ng paghahagis at pag-ikot sa kawali nang mabilis sa loob ng 1 minuto. Ilipat sa isang malinis na mangkok.

d) Idagdag ang natitirang 1 kutsara ng mantika at ihalo ang sibuyas at kampanilya. Mabilis na magprito sa loob ng 2 hanggang 3 minuto, ihagis at i-flip ang mga gulay gamit ang wok spatula hanggang sa ang sibuyas ay mukhang translucent ngunit matatag pa rin ang texture. Idagdag ang bawang at iprito ng isa pang 30 segundo.

e) Ibalik ang manok sa kawali at idagdag ang black bean sauce. Ihagis at i-flip hanggang mabalot ang manok at gulay.

f) Ilipat sa isang pinggan, itapon ang luya, at ihain nang mainit.

13. Green Bean Chicken

MGA INGREDIENTS:
- ¾ pound na walang buto, walang balat na mga hita ng manok, hiniwa sa buong butil sa mga piraso ng kagat-laki
- 3 tablespoons Shaoxing rice wine, hinati
- 2 kutsarita ng gawgaw
- Kosher na asin
- Mga natuklap na pulang paminta
- 3 tablespoons langis ng gulay, hinati
- 4 na binalatan na sariwang hiwa ng luya, bawat isa ay halos isang-kapat ang laki
- ¾ pound green beans, pinutol at hinahati nang pahalang pahilis
- 2 kutsarang light soy sauce
- 1 kutsarang tinimplahan na suka ng bigas
- ¼ tasa ng hiniwang almendras, inihaw
- 2 kutsarita ng sesame oil

MGA TAGUBILIN:

a) Sa isang mixing bowl, pagsamahin ang manok na may 1 kutsarang rice wine, cornstarch, isang maliit na kurot ng asin, at isang kurot ng red pepper flakes. Haluin para pantay-pantay ang manok. I-marinate ng 10 minuto.

b) Init ang isang kawali sa katamtamang init hanggang sa sumirit ang isang patak ng tubig at sumingaw kapag nadikit. Ibuhos ang 2 kutsarang langis ng gulay at paikutin upang mabalutan ang base ng wok. Timplahan ang mantika sa pamamagitan ng pagdaragdag ng luya at kaunting asin. Hayaang sumirit ang luya sa mantika sa loob ng mga 30 segundo, dahan-dahang umiikot.

c) Idagdag ang manok at marinade sa kawali at iprito sa loob ng 3 hanggang 4 na minuto, o hanggang sa bahagyang maluto ang manok at hindi na kulay rosas. Ilipat sa isang malinis na mangkok at itabi.

d) Idagdag ang natitirang 1 kutsara ng vegetable oil at iprito ang green beans sa loob ng 2 hanggang 3 minuto, o hanggang sa maging maliwanag na berde ang mga ito. Ibalik ang manok sa kawali at ihalo. Idagdag ang natitirang 2 kutsara ng rice wine, light soy, at suka. Ihagis upang pagsamahin at balutin at hayaang kumulo ang green beans ng 3 minuto, o hanggang malambot ang green beans. Alisin ang luya at itapon.

e) Ihagis ang mga almendras at ilipat sa isang platter. Pahiran ng sesame oil at ihain nang mainit.

14. Manok sa Sesame Sauce

MGA INGREDIENTS:
- 3 malalaking puti ng itlog
- 3 kutsarang gawgaw, hinati
- 1½ kutsarang light soy sauce, hinati
- 1 libra na walang buto, walang balat na mga hita ng manok, pinutol sa laki ng kagat
- 3 tasa ng langis ng gulay
- 3 binalatan na sariwang hiwa ng luya, bawat isa ay halos isang-kapat ang laki
- Kosher na asin
- Mga natuklap na pulang paminta
- 3 sibuyas ng bawang, tinadtad nang magaspang
- ¼ tasang low-sodium na sabaw ng manok
- 2 kutsarang sesame oil
- 2 scallions, hiniwa ng manipis, para sa dekorasyon
- 1 kutsarang linga, para sa dekorasyon

MGA TAGUBILIN:

a) Sa isang mixing bowl, gamit ang isang tinidor o whisk, talunin ang mga puti ng itlog hanggang sa mabula at ang mas mahigpit na mga kumpol ng puti ng itlog ay mabula. Paghaluin ang 2 kutsarang gawgaw at 2 kutsarita ng light soy hanggang sa maayos na pinaghalo. I-fold ang manok at i-marinate ng 10 minuto.

b) Ibuhos ang langis sa kawali; ang langis ay dapat na mga 1 hanggang 1½ pulgada ang lalim. Dalhin ang mantika sa 375°F sa medium-high heat. Maaari mong sabihin na ang langis ay nasa tamang temperatura kapag isawsaw mo ang dulo ng kahoy na kutsara sa mantika. Kung ang langis ay bula at sizzles sa paligid nito, ang langis ay handa na.

c) Gamit ang slotted spoon o wok skimmer, iangat ang manok mula sa marinade at ipagpag ang sobra. Maingat na ibababa sa mainit na mantika. Iprito ang manok sa batch sa loob ng 3 hanggang 4 na minuto, o hanggang sa maging golden brown ang manok at malutong sa ibabaw. Ilipat sa isang papel na may linyang plato.

d) Ibuhos ang lahat maliban sa 1 kutsarang mantika mula sa kawali at ilagay ito sa medium-high heat. I-swirl ang mantika upang mabalutan ang base ng wok. Timplahan ang mantika sa pamamagitan ng pagdaragdag ng luya at isang kurot na asin at pulang paminta. Hayaang sumirit ang luya at paminta sa mantika sa loob ng humigit-kumulang 30 segundo, dahan-dahang umiikot.

e) Idagdag ang bawang at iprito, ihagis at i-flip gamit ang wok spatula sa loob ng 30 segundo. Haluin ang sabaw ng manok, natitirang 2½ kutsarita ng light soy, at natitirang 1 kutsara ng cornstarch. Pakuluan ng 4 hanggang 5 minuto, hanggang sa lumapot ang sarsa at maging makintab. Idagdag ang sesame oil at ihalo upang pagsamahin.

f) Patayin ang apoy at idagdag ang pritong manok, ihagis upang malagyan ng sarsa. Alisin ang luya at itapon. Ilipat sa isang platter at palamutihan ng hiniwang scallions at sesame seeds.

15. Matamis at maasim na Manok

MGA INGREDIENTS:
- 2 kutsarita ng gawgaw at 2 kutsarang tubig
- 3 tablespoons langis ng gulay, hinati
- 4 na binalatan na sariwang hiwa ng luya
- ¾ pound walang buto, walang balat na mga hita ng manok, hiwa sa kagat-laki
- ½ pulang kampanilya paminta, gupitin sa ½ pulgadang piraso
- ½ berdeng paminta, gupitin sa ½ pulgadang piraso
- ½ dilaw na sibuyas, gupitin sa ½ pulgadang piraso
- 1 (8-onsa) lata pinya chunks, pinatuyo, juices nakalaan
- 1 (4-ounce) lata na hiniwang water chestnut, pinatuyo
- ¼ tasang low-sodium na sabaw ng manok
- 2 kutsarang light brown sugar
- 2 kutsarang apple cider vinegar
- 2 kutsarang ketchup
- 1 kutsarita ng Worcestershire sauce
- 3 scallions, hiniwa ng manipis, para sa dekorasyon

MGA TAGUBILIN:
a) Sa isang maliit na mangkok, haluin ang cornstarch at tubig at itabi.
b) Init ang isang kawali sa katamtamang init hanggang sa sumirit ang isang patak ng tubig at sumingaw kapag nadikit. Ibuhos ang 2 kutsarang mantika at paikutin ang base ng wok. Timplahan ang mantika sa pamamagitan ng pagdaragdag ng luya at isang pakurot ng asin. Hayaang sumirit ang luya sa mantika sa loob ng mga 30 segundo, dahan-dahang umiikot.
c) Idagdag ang manok at igisa laban sa wok sa loob ng 2 hanggang 3 minuto. I-flip at ihagis ang manok, igisa ng humigit-kumulang 1 minuto pa, o hanggang sa hindi na pink. Ilipat sa isang mangkok at itabi.
d) Idagdag ang natitirang 1 kutsara ng mantika at paikutin. Iprito ang pula at berdeng kampanilya at sibuyas sa loob ng 3 hanggang 4 na minuto, hanggang malambot at maaninag. Idagdag ang pinya at mga kastanyas ng tubig at ipagpatuloy ang pagprito ng isa pang minuto. Idagdag ang mga gulay sa manok at itabi.
e) Ibuhos ang nakareserbang pineapple juice, chicken broth, brown sugar, suka, ketchup, at Worcestershire sauce sa wok at pakuluan. Panatilihin ang init sa medium-high at lutuin ng halos 4 na minuto, hanggang sa ang likido ay mabawasan ng kalahati.
f) Ibalik ang manok at mga gulay sa kawali at ihagis upang pagsamahin sa sarsa. Bigyan ng mabilis na halo ang cornstarch-water mixture at idagdag sa wok. Ihagis at i-flip ang lahat hanggang sa magsimulang lumapot ang cornstarch sa sauce, maging makintab.
g) Itapon ang luya, ilipat sa isang pinggan, palamutihan ng mga scallion, at ihain nang mainit.

16.Moo Goo Gai Pan

MGA INGREDIENTS:
- 1 kutsarang light soy sauce
- 1 kutsarang Shaoxing rice wine
- 2 kutsarita ng sesame oil
- ¾ pound walang buto, walang balat na dibdib ng manok, hiniwa
- ½ tasang low-sodium na sabaw ng manok
- 2 kutsarang oyster sauce
- 1 kutsarita ng asukal
- 1 kutsarang gawgaw
- 3 tablespoons langis ng gulay, hinati
- 4 na binalatan na sariwang hiwa ng luya
- 4 onsa na sariwang butones na mushroom, hiniwa nang manipis
- 1 (4-onsa) lata na hiniwang mga usbong ng kawayan, pinatuyo
- 1 (4-ounce) lata na hiniwang water chestnut, pinatuyo
- 1 sibuyas ng bawang, pinong tinadtad

MGA TAGUBILIN:

a) Sa isang malaking mangkok, haluin ang light soy, rice wine, at sesame oil hanggang makinis. Idagdag ang manok at ihalo sa amerikana. I-marinate ng 15 minuto.

b) Sa isang maliit na mangkok, haluin ang sabaw ng manok, oyster sauce, asukal, at cornstarch hanggang makinis at itabi.

c) Init ang isang kawali sa katamtamang init hanggang sa sumirit ang isang patak ng tubig at sumingaw kapag nadikit. Ibuhos ang 2 kutsarang langis ng gulay at paikutin upang mabalutan ang base ng wok. Timplahan ang mantika sa pamamagitan ng pagdaragdag ng luya at kaunting asin. Hayaang sumirit ang luya sa mantika sa loob ng mga 30 segundo, dahan-dahang umiikot.

d) Idagdag ang manok at itapon ang marinade. Haluin ng 2 hanggang 3 minuto, hanggang sa hindi na pink ang manok. Ilipat sa isang malinis na mangkok at itabi.

e) Idagdag ang natitirang 1 kutsara ng langis ng gulay. Igisa ang mga kabute sa loob ng 3 hanggang 4 na minuto, mabilis na ihagis at i-flip. Sa sandaling matuyo ang mga kabute, itigil ang pagprito at hayaang maupo ang mga kabute sa mainit na kawali nang halos isang minuto.

f) Idagdag ang bamboo shoots, water chestnuts, at bawang. Haluin ng 1 minuto, o hanggang mabango ang bawang. Ibalik ang manok sa kawali at ihagis upang pagsamahin.

g) Haluin ang sarsa at idagdag sa wok. Haluin at lutuin hanggang sa magsimulang kumulo ang sarsa, mga 45 segundo. Patuloy na ihagis at i-flip hanggang sa lumapot ang sarsa at maging makintab. Alisin ang luya at itapon.

17.Chinese takeout fried chicken wings

MGA INGREDIENTS:
- 10 buong pakpak ng manok, hugasan at patuyuin
- ⅛ kutsarita ng itim na paminta
- ¼ kutsarita puting paminta
- ¼ kutsarita ng pulbos ng bawang
- 1 kutsarita ng asin
- ½ kutsarita ng asukal
- 1 kutsarang toyo
- 1 kutsarang Shaoxing wine
- 1 kutsarita ng sesame oil
- 1 itlog
- 1 kutsarang gawgaw
- 2 kutsarang harina
- mantika, para sa pagprito

MGA TAGUBILIN:

a) Pagsamahin ang lahat ng mga sangkap (maliban sa langis ng pagprito, siyempre) sa isang malaking mangkok ng paghahalo. Paghaluin ang lahat hanggang ang mga pakpak ay mahusay na pinahiran.

b) Hayaang mag-marinate ang mga pakpak ng 2 oras sa temperatura ng kuwarto o sa refrigerator sa magdamag para sa pinakamahusay na mga resulta.

c) Pagkatapos mag-marinate, kung mukhang may likido sa mga pakpak, siguraduhing ihalo muli ang mga ito nang maigi. Ang mga pakpak ay dapat na mahusay na pinahiran ng isang manipis na batter-like coating. Kung mukhang masyadong matubig, magdagdag ng kaunting gawgaw at harina.

d) Punan ang isang katamtamang palayok na humigit-kumulang ⅔ sa itaas ng langis, at init ito sa 325 degrees F.

e) Iprito ang mga pakpak sa maliliit na batch para sa 5 minuto at alisin sa isang sheet pan na may linya na may mga tuwalya ng papel. Matapos ang lahat ng mga pakpak ay piniprito, ibalik ang mga ito sa mga batch sa mantika at iprito muli sa loob ng 3 minuto.

f) Patuyuin sa mga tuwalya ng papel o isang cooling rack, at ihain na may mainit na sarsa!

g)

18. Thai basil na manok

MGA INGREDIENTS:
- 3 hanggang 4 na kutsarang mantika
- 3 Thai na ibong o Holland na sili
- 3 shallots, hiniwa ng manipis
- 5 cloves na bawang, hiniwa
- 1-pound giniling na manok
- 2 kutsarita ng asukal o pulot
- 2 kutsarang toyo
- 1 kutsarang patis
- ⅓ tasa ng mababang sodium na sabaw ng manok o tubig
- 1 bungkos holy basil o Thai basil dahon

MGA TAGUBILIN:
a) Sa isang kawali sa mataas na apoy, idagdag ang mantika, sili, shallots at bawang, at iprito sa loob ng 1-2 minuto.
b) Idagdag ang giniling na manok at iprito sa loob ng 2 minuto, hatiin ang manok sa maliliit na piraso.
c) Idagdag ang asukal, toyo, at patis. Magprito ng isa pang minuto at i-de-glaze ang kawali gamit ang sabaw. Dahil ang iyong kawali ay sobrang init, ang likido ay dapat maluto nang napakabilis.
d) Idagdag ang basil, at haluin hanggang matuyo.
e) Ihain sa ibabaw ng kanin.

BEEF

19. Chinese Pepper Steak

MGA INGREDIENTS:
- 1 Pound Beef Top Sirloin Steak, Hiwain sa 1 Inch Slices.
- ¼ tasang Soy Sauce
- 2 Kutsarang Puting Asukal
- 2 kutsarang gawgaw
- ½ Kutsaritang Ground Ginger
- 3 Kutsarang Langis ng Gulay, Hinati
- 1 Pulang Sibuyas, Gupitin sa 1-pulgada na mga parisukat
- 1 Green Bell Pepper, Gupitin sa 1-pulgada na mga parisukat
- 2 mga kamatis, gupitin sa mga wedges

MGA TAGUBILIN:
a) Sa isang mangkok, ilagay ang cornstarch, luya, toyo at asukal, ihalo upang pagsamahin.
b) Magdagdag ng mga steak at ihalo nang maigi.
c) Magpainit ng 1 kutsarang mantika sa kawali at iprito ang mga steak sa mainit na mantika hanggang maging kayumanggi.
d) Magdagdag ng sibuyas at hayaang maluto hanggang lumambot ang sibuyas.
e) Haluin ang berdeng paminta at haluing mabuti.
f) Kapag nagsimulang magbago ang kulay ng paminta magdagdag ng mga kamatis at haluing mabuti.
g) Magluto ng 3-4 minuto at pagkatapos ay ilipat sa serving dish.
h) Enjoy.

20. Restaurant Style Beef at Broccoli

MGA INGREDIENTS:
- ⅓ Tasa ng Oyster Sauce
- 2 Kutsarita ng Asian (Toasted) Sesame Oil
- ⅓ Tasa ng Sherry
- 1 Kutsaritang Soy Sauce
- 1 Kutsaritang Puting Asukal
- 1 Kutsaritang Cornstarch¾ Pound Beef Round Steak, Gupitin sa ⅛-Inch Thick Strips
- 3 Kutsarang Langis ng Gulay, Dagdag pa Kung Kailangan
- 1 Manipis na Hiwa Ng Sariwang Ginger Root
- 1 siwang Bawang, Binalatan At Dinurog
- 1 Pound Broccoli, Gupitin sa Mga Florets

MGA TAGUBILIN:

a) Sa isang medium bowl magdagdag ng sesame oil, asukal, toyo, cornstarch, oyster sauce at sherry, ihalo nang mabuti.

b) Magdagdag ng mga piraso ng steak at kuskusin ang timpla sa mga steak na may malinis na mga kamay. Ilagay sa refrigerator sa loob ng 30 minuto.

c) Mag-init ng mantika sa sauce pan at magprito ng luya na bawang sa loob ng 1-2 minuto.

d) Ang alisin ang luya bawang at magdagdag ng broccoli at iprito para sa 6-7 minuto. Ilipat sa platter at ilagay sa tabi.

e) Ngayon sa parehong kasirola magdagdag ng mga steak at iwanan upang magluto hanggang malambot.

f) Ilipat ang piniritong broccoli at lutuin ng 4-5 minuto.

g) Ihain at magsaya.

21. Kamatis at Beef Stir-Fry

MGA INGREDIENTS:
- ¾ pound flank o skirt steak, gupitin laban sa butil sa ¼-pulgada ang kapal na hiwa
- 1½ kutsarang gawgaw, hinati
- 1 kutsarang Shaoxing rice wine
- Kosher na asin
- Giiling na puting paminta
- 1 kutsarang tomato paste
- 2 kutsarang light soy sauce
- 1 kutsarita ng sesame oil
- 1 kutsarita ng asukal
- 2 kutsarang tubig
- 2 kutsarang langis ng gulay
- 4 na binalatan na sariwang hiwa ng luya, bawat isa ay halos isang-kapat ang laki
- 1 malaking shallot, hiniwa ng manipis
- 2 sibuyas ng bawang, pinong tinadtad
- 5 malalaking kamatis, bawat isa ay hiwa sa 6 na wedges
- 2 scallion, puti at berdeng bahagi na pinaghiwalay, hiniwa ng manipis

MGA TAGUBILIN:

a) Sa isang maliit na mangkok, paghaluin ang karne ng baka na may 1 kutsarang gawgaw, rice wine, at isang maliit na kurot bawat asin at puting paminta. Itabi ng 10 minuto.

b) Sa isa pang maliit na mangkok, haluin ang natitirang ½ kutsara ng cornstarch, tomato paste, light soy, sesame oil, asukal, at tubig. Itabi.

c) Init ang isang kawali sa katamtamang init hanggang sa sumirit ang isang patak ng tubig at sumingaw kapag nadikit. Ibuhos ang langis ng gulay at paikutin upang mabalot ang base ng wok. Timplahan ang mantika sa pamamagitan ng pagdaragdag ng luya at isang pakurot ng asin. Hayaang sumirit ang luya sa mantika sa loob ng mga 30 segundo, dahan-dahang umiikot.

d) Ilipat ang karne ng baka sa kawali at ihalo sa loob ng 3 hanggang 4 na minuto, hanggang sa hindi na kulay rosas. Idagdag ang bawang at bawang at ihalo ng 1 minuto. Idagdag ang mga kamatis at scallion whites at ipagpatuloy ang pag-stir-fry.

e) Haluin ang sarsa at ipagpatuloy ang pagprito sa loob ng 1 hanggang 2 minuto, o hanggang sa mabalot ang karne ng baka at kamatis at bahagyang lumapot ang sarsa.

f) Itapon ang luya, ilipat sa isang platter, at palamutihan ng scallion greens. Ihain nang mainit.

22. Karne ng baka at Brokuli

MGA INGREDIENTS:
- ¾ pound skirt steak, gupitin ang butil sa ¼-pulgada ang kapal na hiwa
- 1 kutsarang baking soda
- 1 kutsarang gawgaw
- 4 na kutsarang tubig, hinati
- 2 kutsarang oyster sauce
- 2 kutsarang Shaoxing rice wine
- 2 kutsarita ng light brown sugar
- 1 kutsarang hoisin sauce
- 2 kutsarang langis ng gulay
- 4 na binalatan na sariwang hiwa ng luya, halos isang-kapat ang laki
- Kosher na asin
- 1-pound broccoli, gupitin sa kagat-laki ng mga florets
- 2 sibuyas ng bawang, pinong tinadtad

MGA TAGUBILIN:

a) Sa isang maliit na mangkok, paghaluin ang karne ng baka at baking soda upang mabalot. Itabi ng 10 minuto. Banlawan nang mabuti ang karne ng baka at pagkatapos ay patuyuin ito ng mga tuwalya ng papel.

b) Sa isa pang maliit na mangkok, haluin ang cornstarch na may 2 kutsarang tubig at ihalo ang oyster sauce, rice wine, brown sugar, at hoisin sauce. Itabi.

c) Init ang isang kawali sa katamtamang init hanggang sa sumirit ang isang patak ng tubig at sumingaw kapag nadikit. Ibuhos ang mantika at paikutin upang mabalutan ang base ng wok. Timplahan ang mantika sa pamamagitan ng pagdaragdag ng luya at isang pakurot ng asin. Hayaang sumirit ang luya sa mantika sa loob ng mga 30 segundo, dahan-dahang umiikot. Idagdag ang karne ng baka sa kawali at iprito sa loob ng 3 hanggang 4 na minuto, hanggang sa hindi na kulay rosas. Ilipat ang karne ng baka sa isang mangkok at itabi.

d) Idagdag ang broccoli at bawang at ihalo ng 1 minuto, pagkatapos ay idagdag ang natitirang 2 kutsarang tubig. Takpan ang kawali at pasingawan ang broccoli sa loob ng 6 hanggang 8 minuto, hanggang sa ito ay malutong.

e) Ibalik ang karne ng baka sa kawali at ihalo ang sarsa sa loob ng 2 hanggang 3 minuto, hanggang sa ganap na mabalot at bahagyang lumapot ang sarsa. Itapon ang luya, ilipat sa isang pinggan, at ihain nang mainit.

23. Black Pepper Beef Stir-Fry

MGA INGREDIENTS:
- 1 kutsarang oyster sauce
- 1 kutsarang Shaoxing rice wine
- 2 kutsarita ng gawgaw
- 2 kutsarita ng light soy sauce
- Giiling na puting paminta
- ¼ kutsarita ng asukal
- ¾ pound beef tenderloin tip o sirloin tip, gupitin sa 1-pulgadang piraso
- 3 kutsarang langis ng gulay
- 3 binalatan na sariwang hiwa ng luya, bawat isa ay halos isang-kapat ang laki
- Kosher na asin
- 1 berdeng paminta, gupitin sa ½ pulgadang lapad na mga piraso
- 1 maliit na pulang sibuyas, hiniwa sa manipis na piraso
- 1 kutsarita na sariwang giniling na itim na paminta, o higit pa sa panlasa
- 2 kutsarita ng sesame oil

MGA TAGUBILIN:

a) Sa isang mixing bowl, haluin ang oyster sauce, rice wine, cornstarch, light soy, isang kurot ng puting paminta, at asukal. Ihagis ang karne ng baka at i-marinate ng 10 minuto.

b) Init ang isang kawali sa katamtamang init hanggang sa sumirit ang isang patak ng tubig at sumingaw kapag nadikit. Ibuhos ang langis ng gulay at paikutin upang mabalot ang base ng wok. Magdagdag ng luya at isang pakurot ng asin. Hayaang sumirit ang luya sa mantika sa loob ng mga 30 segundo, dahan-dahang umiikot.

c) Gamit ang mga sipit, ilipat ang karne ng baka sa wok at itapon ang anumang natitirang marinade. Igisa laban sa wok sa loob ng 1 hanggang 2 minuto, o hanggang sa magkaroon ng brown seared crust. I-flip ang karne ng baka at igisa sa kabilang panig, 2 minuto pa. Igisa, ihagis at i-flip sa kawali para sa isa pang 1 hanggang 2 minuto, pagkatapos ay ilipat ang karne ng baka sa isang malinis na mangkok.

d) Idagdag ang kampanilya at sibuyas at iprito sa loob ng 2 hanggang 3 minuto, o hanggang sa maging makintab at malambot ang mga gulay. Ibalik ang karne ng baka sa kawali, idagdag ang itim na paminta, at ihalo nang magkasama para sa 1 minuto.

e) Itapon ang luya, ilipat sa isang platter, at ibuhos ang sesame oil sa ibabaw. Ihain nang mainit.

24. Sesame Beef

MGA INGREDIENTS:
- 1 kutsarang light soy sauce
- 2 tablespoons sesame oil, hinati
- 2 kutsarita ng gawgaw, hinati
- 1-pound hanger, palda, o flat iron steak, gupitin sa ¼-pulgada ang kapal
- ½ tasa ng sariwang kinatas na orange juice
- ½ kutsarita ng suka ng bigas
- 1 kutsarita ng sriracha (opsyonal)
- 1 kutsarita light brown sugar
- Kosher na asin
- Bagong giniling na itim na paminta
- 3 tablespoons langis ng gulay, hinati
- 4 na binalatan na sariwang hiwa ng luya, bawat isa ay halos isang-kapat ang laki
- 1 maliit na dilaw na sibuyas, hiniwa ng manipis
- 3 sibuyas ng bawang, tinadtad
- ½ kutsarang puting linga, para sa dekorasyon

MGA TAGUBILIN:

a) Sa isang malaking mangkok, haluin ang light soy, 1 kutsara ng sesame oil, at 1 kutsarita ng cornstarch hanggang sa matunaw ang cornstarch. Idagdag ang karne ng baka at ihagis upang i-coat sa marinade. Itabi para mag-marinate ng 10 minuto habang inihahanda mo ang sarsa.

b) Sa isang basong panukat na tasa, haluin ang orange juice, natitirang 1 kutsara ng sesame oil, rice vinegar, sriracha (kung ginagamit), brown sugar, natitirang 1 kutsarita ng cornstarch, at isang kurot ng asin at paminta. Haluin hanggang matunaw ang cornstarch at itabi.

c) Init ang isang kawali sa katamtamang init hanggang sa sumirit ang isang patak ng tubig at sumingaw kapag nadikit. Ibuhos ang 2 kutsarang langis ng gulay at paikutin upang mabalutan ang base ng wok. Timplahan ang mantika sa pamamagitan ng pagdaragdag ng luya at isang pakurot ng asin. Hayaang sumirit ang luya sa mantika sa loob ng mga 30 segundo, dahan-dahang umiikot.

d) Gamit ang mga sipit, ilipat ang karne ng baka sa kawali at itapon ang marinade. Hayaang maluto ang mga piraso sa kawali sa loob ng 2 hanggang 3 minuto. I-flip upang maghurno sa kabilang panig para sa isa pang 1 hanggang 2 minuto. Igisa sa pamamagitan ng paghahagis at pag-ikot sa kawali nang mabilis sa loob ng 1 minuto. Ilipat sa isang malinis na mangkok.

e) Idagdag ang natitirang 1 kutsara ng langis ng gulay at ihalo ang sibuyas. Mabilis na iprito, ihagis at i-flip ang sibuyas gamit ang wok spatula sa loob ng 2 hanggang 3 minuto, hanggang sa ang sibuyas ay magmukhang translucent ngunit matigas pa rin ang texture. Idagdag ang bawang at iprito ng isa pang 30 segundo.

f) Paikutin ang sarsa at ipagpatuloy ang pagluluto hanggang sa magsimulang lumapot ang sarsa. Ibalik ang karne ng baka sa kawali, ihagis at i-flip upang ang karne ng baka at sibuyas ay nababalutan ng sarsa. Timplahan ng asin at paminta ayon sa panlasa.

g) Ilipat sa isang pinggan, itapon ang luya, iwiwisik ang mga buto ng linga, at ihain nang mainit.

25. Mongolian na baka

MGA INGREDIENTS:
- 2 kutsarang Shaoxing rice wine
- 1 kutsarang maitim na toyo
- 1 kutsarang gawgaw, hinati
- ¾ pound flank steak, gupitin laban sa butil sa ¼-pulgada ang kapal na hiwa
- ¼ tasang low-sodium na sabaw ng manok
- 1 kutsarang light brown sugar
- 1 tasa ng langis ng gulay
- 4 o 5 buong pinatuyong pulang chinong sili
- 4 na sibuyas ng bawang, tinadtad nang magaspang
- 1 kutsarita binalatan ng pinong tinadtad na sariwang luya
- ½ dilaw na sibuyas, hiniwa ng manipis
- 2 kutsarang coarsely tinadtad sariwang cilantro

MGA TAGUBILIN:

a) Sa isang mixing bowl, haluin ang rice wine, dark soy, at 1 kutsarang cornstarch. Idagdag ang hiniwang flank steak at ihagis sa coat. Itabi at i-marinate ng 10 minuto.

b) Ibuhos ang mantika sa isang kawali at dalhin ito sa 375°F sa medium-high heat. Maaari mong sabihin na ang langis ay nasa tamang temperatura kapag isawsaw mo ang dulo ng kahoy na kutsara sa mantika. Kung ang langis ay bula at sizzles sa paligid nito, ang langis ay handa na.

c) Iangat ang karne ng baka mula sa marinade, inireserba ang marinade. Idagdag ang karne ng baka sa mantika at iprito ng 2 hanggang 3 minuto, hanggang sa magkaroon ito ng ginintuang crust. Gamit ang isang wok skimmer, ilipat ang karne ng baka sa isang malinis na mangkok at itabi. Idagdag ang sabaw ng manok at brown sugar sa marinade bowl at haluin upang pagsamahin.

d) Ibuhos ang lahat maliban sa 1 kutsarang mantika mula sa kawali at ilagay ito sa medium-high heat. Idagdag ang sili, bawang, at luya. Hayaang sumirit ang mga aromatic sa mantika nang humigit-kumulang 10 segundo, dahan-dahang umiikot.

e) Idagdag ang sibuyas at iprito sa loob ng 1 hanggang 2 minuto, o hanggang malambot at translucent ang sibuyas. Idagdag ang pinaghalong sabaw ng manok at ihalo upang pagsamahin. Kumulo ng halos 2 minuto, pagkatapos ay idagdag ang karne ng baka at ihalo ang lahat nang magkasama para sa isa pang 30 segundo.

f) Ilipat sa isang platter, palamutihan ng cilantro, at ihain nang mainit.

26. Sichuan Beef na may Celery at Carrots

MGA INGREDIENTS:
- 2 kutsarang Shaoxing rice wine
- 1 kutsarang maitim na toyo
- 2 kutsarita ng sesame oil
- ¾ pound flank o skirt steak, gupitin laban sa butil
- 1 kutsarang hoisin sauce
- 2 kutsarita ng light soy sauce
- 2 kutsarang gawgaw, hinati
- ¼ kutsarita Chinese five spice powder
- 1 kutsarita ng Sichuan peppercorns, dinurog
- 4 na binalatan na sariwang hiwa ng luya
- 3 sibuyas ng bawang, bahagyang durog
- 2 tangkay ng kintsay, na-julienned sa 3-pulgadang piraso
- 1 malaking carrot, binalatan at nilagyan ng julienne sa 3-pulgadang piraso
- 2 scallions, hiniwa ng manipis

MGA TAGUBILIN:

a) Sa isang mixing bowl, haluin ang rice wine, dark soy, at sesame oil.

b) Idagdag ang karne ng baka at ihalo upang pagsamahin. Itabi ng 10 minuto.

c) Sa isang maliit na mangkok, pagsamahin ang hoisin sauce, light soy, tubig, 1 kutsarang cornstarch, at limang spice powder. Itabi.

d) Init ang isang kawali sa katamtamang init hanggang sa sumirit ang isang patak ng tubig at sumingaw kapag nadikit. Ibuhos ang langis ng gulay at paikutin upang mabalot ang base ng wok. Timplahan ang mantika sa pamamagitan ng pagdaragdag ng peppercorns, luya, at bawang. Hayaang sumirit ang mga aromatic sa mantika nang humigit-kumulang 10 segundo, dahan-dahang umiikot.

e) Ihagis ang karne ng baka sa natitirang 1 kutsara ng gawgaw upang mabalutan, at idagdag sa kawali. Igisa ang karne ng baka sa gilid ng wok sa loob ng 1 hanggang 2 minuto, o hanggang sa magkaroon ng golden-brown seared crust. I-flip at igisa sa kabilang panig para sa isa pang minuto. Ihagis at i-flip ng mga 2 minuto pa, hanggang sa hindi na pink ang beef.

f) Ilipat ang karne ng baka sa mga gilid ng wok at idagdag ang kintsay at karot sa gitna. Igisa, ihagis at i-flip hanggang sa lumambot ang mga gulay, isa pang 2 hanggang 3 minuto. Haluin ang timpla ng hoisin sauce at ibuhos sa kawali. Magpatuloy sa paghalo, pahiran ang karne ng baka at mga gulay ng sarsa sa loob ng 1 hanggang 2 minuto, hanggang sa magsimulang lumapot ang sarsa at maging makintab. Alisin ang luya at bawang at itapon.

27. Hoisin Beef Lettuce Cups

MGA INGREDIENTS:
- ¾ pound ground beef
- 2 kutsarita ng gawgaw
- Kosher na asin
- Bagong giniling na itim na paminta
- 3 tablespoons langis ng gulay, hinati
- 1 kutsarang binalatan ng pinong tinadtad na luya
- 2 sibuyas ng bawang, pinong tinadtad
- 1 karot, binalatan at tinadtad
- 1 (4-onsa) na lata ng diced water chestnut, pinatuyo at binanlawan
- 2 kutsarang hoisin sauce
- 3 scallion, puti at berdeng bahagi na pinaghiwalay, hiniwa ng manipis
- 8 malapad na iceberg (o Bibb) dahon ng lettuce, pinutol sa maayos na bilog na mga tasa

MGA TAGUBILIN:
a) Sa isang mangkok, iwisik ang karne ng baka na may gawgaw at isang pakurot ng asin at paminta. Haluing mabuti para pagsamahin.

b) Init ang isang kawali sa katamtamang init hanggang sa sumirit ang butil ng tubig at sumingaw kapag nadikit. Ibuhos ang 2 kutsarang mantika at paikutin ang base ng wok. Idagdag ang karne ng baka at kayumanggi sa magkabilang panig, pagkatapos ay ihagis at i-flip, hatiin ang karne ng baka sa mga gumuho at kumpol sa loob ng 3 hanggang 4 na minuto, hanggang sa ang karne ng baka ay hindi na kulay rosas. Ilipat ang karne ng baka sa isang malinis na mangkok at itabi.

c) Punasan ang wok malinis at ibalik ito sa katamtamang init. Idagdag ang natitirang 1 kutsara ng mantika at mabilis na iprito ang luya at bawang na may kaunting asin. Sa sandaling mabango na ang bawang, ihagis ang carrot at water chestnut sa loob ng 2 hanggang 3 minuto, hanggang sa lumambot ang carrot. Ibaba ang apoy sa katamtaman, ibalik ang karne ng baka sa kawali, at ihalo kasama ang hoisin sauce at ang scallion whites. Ihagis upang pagsamahin, mga isa pang 45 segundo.

d) Ikalat ang mga dahon ng litsugas, 2 bawat plato, at hatiin nang pantay-pantay ang pinaghalong karne ng baka sa mga dahon ng letsugas. Palamutihan ng mga scallion greens at kumain tulad ng gagawin mo sa malambot na taco.

28. Thai basil beef

MGA INGREDIENTS:
- 2 kutsarang mantika
- 12 ounces beef, hiniwa nang manipis laban sa butil
- 5 cloves ng bawang, tinadtad
- ½ ng pulang kampanilya paminta, hiniwa ng manipis
- 1 maliit na sibuyas, hiniwa ng manipis
- 2 kutsarita ng toyo
- 1 kutsarita maitim na toyo
- 1 kutsarita ng oyster sauce
- 1 kutsarang patis
- ½ kutsarita ng asukal
- 1 tasang dahon ng Thai basil, nakaimpake
- Cilantro, upang palamutihan

MGA TAGUBILIN:

a) Init ang iyong wok sa mataas na init, at idagdag ang mantika. I-sear ang beef hanggang sa mag-brown na lang. Alisin sa kawali at itabi.

b) Idagdag ang bawang at pulang paminta sa kawali at iprito ng halos 20 segundo.

c) Idagdag ang mga sibuyas at iprito hanggang sa mag-brown at bahagyang caramelized.

d) Ihagis muli ang karne ng baka, kasama ang toyo, maitim na toyo, oyster sauce, patis, at asukal.

e) Magprito ng isa pang ilang segundo, at pagkatapos ay tiklupin ang Thai basil hanggang sa ito ay malanta lamang.

f) Ihain kasama ng jasmine rice, at palamutihan ng cilantro.

PORK

29. Pritong Pork Chops na may Sibuyas

MGA INGREDIENTS:
- 4 na walang buto na pork loin chop
- 1 kutsarang Shaoxing wine
- ½ kutsarita sariwang giniling na itim na paminta
- Kosher na asin
- 3 tasa ng langis ng gulay
- 2 kutsarang gawgaw
- 3 binalatan na sariwang hiwa ng luya, bawat isa ay halos isang-kapat ang laki
- 1 katamtamang dilaw na sibuyas, hiniwa ng manipis
- 2 sibuyas ng bawang, pinong tinadtad
- 2 kutsarang light soy sauce
- 1 kutsarita maitim na toyo
- ½ kutsarita ng red wine vinegar
- Asukal

MGA TAGUBILIN:

a) Hugasan ang mga pork chop gamit ang meat mallet hanggang ½ pulgada ang kapal. Ilagay sa isang mangkok at timplahan ng rice wine, paminta, at kaunting asin. I-marinate ng 10 minuto.

b) Ibuhos ang langis sa kawali; ang langis ay dapat na mga 1 hanggang 1½ pulgada ang lalim. Dalhin ang mantika sa 375°F sa medium-high heat. Maaari mong sabihin na ang langis ay nasa tamang temperatura kapag isawsaw mo ang dulo ng kahoy na kutsara sa mantika. Kung ang langis ay bula at sizzles sa paligid nito, ang langis ay handa na.

c) Paggawa sa 2 batch, balutin ang mga chops ng cornstarch. Dahan-dahang ibababa ang mga ito nang paisa-isa sa mantika at iprito ng 5 hanggang 6 minuto, hanggang sa ginintuang. Ilipat sa isang papel na may linyang plato.

d) Ibuhos ang lahat maliban sa 1 kutsarang mantika mula sa kawali at ilagay ito sa medium-high heat. Timplahan ang mantika sa pamamagitan ng pagdaragdag ng luya at isang pakurot ng asin. Hayaang sumirit ang luya sa mantika sa loob ng mga 30 segundo, dahan-dahang umiikot.

e) Haluin ang sibuyas sa loob ng mga 4 na minuto, hanggang sa translucent at malambot. Idagdag ang bawang at iprito ng isa pang 30 segundo, o hanggang mabango. Ilipat sa plato na may mga pork chops.

f) Sa wok, ibuhos ang light soy, dark soy, red wine vinegar, at isang kurot ng asukal at haluin upang pagsamahin. Pakuluan at ibalik ang sibuyas at pork chop sa kawali. Ihagis upang pagsamahin habang ang sarsa ay nagsisimula nang bahagyang lumapot. Alisin ang luya at itapon. Ilipat sa isang pinggan at ihain kaagad.

30. Cantonese roast pork belly

MGA INGREDIENTS:
- 3 pounds slab ng pork belly, balat
- 2 kutsarita ng Shaoxing wine
- 2 kutsarita ng asin
- 1 kutsarita ng asukal
- ½ kutsarita limang spice powder
- ¼ kutsarita puting paminta
- 1½ kutsarita ng rice wine vinegar
- ½ tasa ng magaspang na asin sa dagat

MGA TAGUBILIN:

a) Banlawan ang pork belly at patuyuin. Ilagay ito sa gilid ng balat sa isang tray, at kuskusin ang Shaoxing wine sa karne (hindi ang balat). Paghaluin ang asin, asukal,

b) limang spice powder at puting paminta. Lubusan na kuskusin ang pinaghalong pampalasa na ito sa karne rin. I-flip ang karne upang ito ay patagilid sa balat.

c) Kaya, para gawin ang susunod na hakbang, mayroon talagang espesyal na tool na ginagamit ng mga restaurant, ngunit gumamit lang kami ng matalim na tuhog na metal. Systematically butas sa buong balat, na makakatulong sa balat na malutong, sa halip na manatiling makinis at parang balat. Ang mas maraming butas doon, mas mabuti. Siguraduhin din na lumalim ang mga ito. Huminto sa itaas lamang ng taba sa ilalim.

d) Hayaang matuyo ang tiyan ng baboy sa refrigerator na walang takip, sa loob ng 12-24 na oras.

e) Painitin muna ang oven sa 375 degrees F. Maglagay ng malaking piraso ng aluminum foil (pinakamahusay na gumagana ang heavy duty foil) sa isang baking tray, at tiklupin nang mahigpit ang mga gilid sa paligid ng baboy, upang lumikha ka ng isang uri ng kahon sa paligid nito, na may 1-pulgadang taas na hangganan na pumapalibot sa mga gilid.

f) Ipahid ang rice wine vinegar sa ibabaw ng balat ng baboy. I-pack ang sea salt sa isang pantay na layer sa ibabaw ng balat, upang ang baboy ay ganap na natatakpan. Ilagay sa oven at igisa sa loob ng 1 oras at 30 minuto. Kung ang iyong tiyan ng baboy ay nakadikit pa rin ang tadyang, inihaw sa loob ng 1 oras at 45 minuto.

g) Ilabas ang baboy sa oven, i-on ang broiler sa mababang, at ilagay ang oven rack sa pinakamababang posisyon. Alisin ang tuktok na layer ng asin sa dagat mula sa tiyan ng baboy, ibuka ang foil, at ilagay ang isang litson na rack sa kawali. Ilagay ang pork belly sa rack at ibalik ito sa ilalim ng broiler para malutong. Ito ay dapat tumagal ng 10-15 minuto.

h) Kapag ang balat ay puffed up at naging malutong, alisin mula sa oven. Hayaang magpahinga ng mga 15 minuto. Hiwain at ihain!

31. Limang Spice Pork with Bok Choy

MGA INGREDIENTS:
- 1 kutsarang light soy sauce
- 1 kutsarang Shaoxing rice wine
- 1 kutsarita Chinese five spice powder
- 1 kutsarita ng gawgaw
- ½ kutsarita light brown sugar
- ¾ pound na giniling na baboy
- 2 kutsarang langis ng gulay
- 2 sibuyas ng bawang, binalatan at bahagyang dinurog
- Kosher na asin
- 2 hanggang 3 ulo bok choy, gupitin nang crosswise sa laki ng kagat
- 1 karot, binalatan at tinadtad
- Lutong kanin, para ihain

MGA TAGUBILIN:
a) Sa isang mixing bowl, haluin ang light soy, rice wine, limang spice powder, cornstarch, at brown sugar. Idagdag ang baboy at ihalo nang malumanay upang pagsamahin. Itabi para mag-marinate ng 10 minuto.

b) Init ang isang kawali sa katamtamang init hanggang sa sumirit ang isang patak ng tubig at sumingaw kapag nadikit. Ibuhos ang mantika at paikutin upang mabalutan ang base ng wok. Timplahan ang mantika sa pamamagitan ng pagdaragdag ng bawang at isang pakurot ng asin. Hayaang sumirit ang bawang sa mantika nang mga 10 segundo, dahan-dahang umiikot.

c) Magdagdag ng baboy sa wok at iwanan ito upang masunog sa mga dingding ng wok sa loob ng 1 hanggang 2 minuto, o hanggang sa magkaroon ng ginintuang crust. I-flip at igisa sa kabilang panig ng isa pang minuto. Ihagis at i-flip para iprito ang baboy sa loob ng 1 hanggang 2 minuto, hatiin ito sa mga gumuhong at kumpol hanggang sa hindi na kulay rosas.

d) Idagdag ang bok choy at carrot at ihagis at i-flip para isama sa baboy. Panatilihin ang pagprito sa loob ng 2 hanggang 3 minuto, hanggang sa lumambot ang carrot at bok choy. Ilipat sa isang platter at ihain nang mainit kasama ng steamed rice.

32. Hoisin Pork Stir-Fry

MGA INGREDIENTS:
- 2 kutsarita ng Shaoxing rice wine
- 2 kutsarita ng light soy sauce
- ½ kutsarita ng chili paste
- ¾ pound na walang buto na pork loin, hiniwa nang manipis sa julienne strips
- 2 kutsarang langis ng gulay
- 4 na binalatan na sariwang hiwa ng luya, bawat isa ay halos isang-kapat ang laki
- Kosher na asin
- 4 ounces' snow peas, hiniwa nang manipis sa dayagonal
- 2 kutsarang hoisin sauce
- 1 kutsarang tubig

MGA TAGUBILIN:

a) Sa isang mangkok, haluin ang rice wine, light soy, at chili paste. Idagdag ang baboy at ihalo sa amerikana. Itabi para mag-marinate ng 10 minuto.

b) Init ang isang kawali sa katamtamang init hanggang sa sumirit ang isang patak ng tubig at sumingaw kapag nadikit. Ibuhos ang mantika at paikutin upang mabalutan ang base ng wok. Timplahan ang mantika sa pamamagitan ng pagdaragdag ng luya at isang pakurot ng asin. Hayaang sumirit ang luya sa mantika sa loob ng mga 30 segundo, dahan-dahang umiikot.

c) Idagdag ang baboy at marinade at iprito ng 2 hanggang 3 minuto, hanggang sa hindi na kulay pink. Idagdag ang mga gisantes ng niyebe at iprito nang humigit-kumulang 1 minuto, hanggang lumambot at maaninag. Haluin ang hoisin sauce at tubig para lumuwag ang sauce. Patuloy na ihagis at i-flip sa loob ng 30 segundo, o hanggang sa mapainit ang sarsa at mabalot ang mga gisantes ng baboy at niyebe.

d) Ilipat sa isang pinggan at ihain nang mainit.

33. Dalawang beses na Lutong Tiyan ng Baboy

MGA INGREDIENTS:
- 1-pound boneless pork belly
- ⅓ tasa ng Black Bean Sauce o black bean sauce na binili sa tindahan
- 1 kutsarang Shaoxing rice wine
- 1 kutsarita maitim na toyo
- ½ kutsarita ng asukal
- 2 tablespoons langis ng gulay, hinati
- 4 na binalatan na sariwang hiwa ng luya
- Kosher na asin
- 1 leek, hinati nang pahaba at gupitin sa dayagonal
- ½ pulang kampanilya paminta, hiniwa

MGA TAGUBILIN:

a) Sa isang malaking kasirola, ilagay ang baboy at takpan ng tubig. Dalhin ang kawali sa isang pigsa at pagkatapos ay bawasan sa isang kumulo. Pakuluan nang walang takip sa loob ng 30 minuto, o hanggang ang baboy ay malambot at maluto. Gamit ang slotted na kutsara, ilipat ang baboy sa isang mangkok (itapon ang cooking liquid) at hayaang lumamig.

b) Palamigin ng ilang oras o magdamag. Kapag lumamig na ang baboy, hiwain ng manipis na ¼-pulgada ang kapal at itabi. Ang pagpapahintulot sa baboy na lumamig nang lubusan bago hiwain ay magiging mas madali sa manipis na hiwa.

c) Sa isang basong panukat, haluin ang black bean sauce, rice wine, dark soy, at asukal at itabi.

d) Init ang isang kawali sa katamtamang init hanggang sa sumirit ang isang patak ng tubig at sumingaw kapag nadikit. Ibuhos ang 1 kutsarang mantika at paikutin upang mabalutan ang base ng wok. Timplahan ang mantika sa pamamagitan ng pagdaragdag ng luya at isang pakurot ng asin. Hayaang sumirit ang luya sa mantika sa loob ng mga 30 segundo, dahan-dahang umiikot.

e) Paggawa sa mga batch, ilipat ang kalahati ng baboy sa kawali. Hayaang maluto ang mga piraso sa kawali sa loob ng 2 hanggang 3 minuto. I-flip to sear on the other side para sa isa pang 1 hanggang 2 minuto pa, hanggang sa magsimulang mabaluktot ang baboy. Ilipat sa isang malinis na mangkok. Ulitin sa natitirang baboy.

f) Idagdag ang natitirang 1 kutsara ng mantika. Idagdag ang leek at pulang paminta at igisa ng 1 minuto, hanggang lumambot ang leek. I-swirl sa sauce at igisa hanggang mabango. Ibalik ang baboy sa kawali at ipagpatuloy ang pagprito ng 2 hanggang 3 minuto pa, hanggang sa maluto na ang lahat. Itapon ang mga hiwa ng luya at ilipat sa isang serving platter.

34. Chinese BBQ na baboy

MGA INGREDIENTS:
- 3 pounds (1.4 kg) pork shoulder/ pork butt (pumili ng hiwa na may kaunting taba dito)
- ¼ tasa (50g) ng asukal
- 2 kutsarita ng asin
- ½ kutsarita limang spice powder
- ¼ kutsarita puting paminta
- ½ kutsarita ng sesame oil
- 1 kutsarang Shaoxing wine o Chinese plum wine
- 1 kutsarang toyo
- 1 kutsarang hoisin sauce
- 2 kutsarita ng pulot
- 3 cloves pinong tinadtad na bawang
- 2 kutsarang maltose o pulot
- 1 kutsarang mainit na tubig

MGA TAGUBILIN:

a) Gupitin ang baboy sa mahahabang piraso o tipak na humigit-kumulang 3 pulgada ang kapal. Huwag putulin ang anumang labis na taba, dahil ito ay magpapalabas at magdagdag ng lasa.

b) Pagsamahin ang asukal, asin, limang spice powder, puting paminta, sesame oil, alak, toyo, hoisin sauce, pulot, pangkulay ng pagkain (kung ginagamit), at bawang sa isang mangkok para gawin ang atsara.

c) Magreserba ng humigit-kumulang 2 kutsara ng marinade at itabi ito. Kuskusin ang baboy kasama ang natitirang marinade sa isang malaking mangkok o baking dish. Takpan at palamigin magdamag, o hindi bababa sa 8 oras. Takpan at itabi ang nakareserbang marinade sa refrigerator din.

d) Painitin muna ang iyong oven sa pinakamataas na setting (475-550 degrees F o 250-290 degrees C) na may rack na nakaposisyon sa ikatlong bahagi ng itaas ng oven. I-line ang isang sheet pan na may foil at ilagay ang isang metal rack sa itaas. Ilagay ang baboy sa rack, mag-iwan ng mas maraming espasyo hangga't maaari sa pagitan ng mga piraso. Ibuhos ang 1 ½ tasa ng tubig sa kawali sa ibaba ng rack. Pinipigilan nito ang anumang pagtulo mula sa pagkasunog o paninigarilyo.

e) Ilipat ang baboy sa iyong preheated oven at inihaw sa loob ng 25 minuto. Pagkatapos ng 25 minuto, i-flip ang baboy. Kung ang ilalim ng kawali ay tuyo, magdagdag ng isa pang baso ng tubig. Paikutin ang kawali sa 180 degrees upang matiyak na pantay ang pag-ihaw. Inihaw ng isa pang 15 minuto.

f) Samantala, pagsamahin ang nakareserbang marinade sa maltose o pulot at 1 kutsarang mainit na tubig.

g) Pagkatapos ng 40 minuto, i-basted ang baboy, i-flip ito, at i-basted din ang kabilang panig. Inihaw para sa huling 10 minuto.

h) Pagkatapos ng 50 minuto, ang baboy ay dapat na lutuin at caramelized sa itaas. Kung hindi ito caramelized ayon sa gusto mo, maaari mong buksan ang broiler sa loob ng ilang minuto upang malutong ang labas at magdagdag ng ilang kulay/lasa.

35. Nilagang tiyan ng baboy

MGA INGREDIENTS:
- 3/4 pounds ng walang taba na tiyan ng baboy, balat
- 2 kutsarang mantika
- 1 kutsarang asukal (mas gusto ang rock sugar kung mayroon ka nito)
- 3 kutsarang Shaoxing wine
- 1 kutsarang regular na toyo
- ½ kutsarang maitim na toyo
- 2 tasang tubig

MGA TAGUBILIN:

a) Magsimula sa pamamagitan ng pagputol ng iyong tiyan ng baboy sa ¾-pulgadang makapal na piraso.

b) Pakuluan ang isang palayok ng tubig. Paputiin ang mga piraso ng tiyan ng baboy sa loob ng ilang minuto. Inaalis nito ang mga dumi at sinisimulan ang proseso ng pagluluto. Kunin ang baboy sa palayok, banlawan, at itabi.

c) Sa mababang init, idagdag ang mantika at asukal sa iyong wok. Bahagyang matunaw ang asukal at ilagay ang baboy. Itaas ang apoy sa katamtaman at lutuin hanggang sa bahagyang kayumanggi ang baboy.

d) Pababain ang apoy sa mababang at idagdag ang Shaoxing cooking wine, regular na toyo, maitim na toyo, at tubig.

e) Takpan at kumulo ng humigit-kumulang 45 minuto hanggang 1 oras hanggang malambot ang tinidor ng baboy. Tuwing 5-10 minuto, haluin upang maiwasan ang pagkasunog at magdagdag ng mas maraming tubig kung ito ay masyadong tuyo.

f) Kapag ang baboy ay malambot na, kung marami pa ring nakikitang likido, alisan ng takip ang kawali, painitin ang apoy, at patuloy na haluin hanggang sa ang sarsa ay maging kumikislap na patong.

36. Chinese Spareribs

MGA INGREDIENTS:
- 3 Kutsarang Hoisin Sauce
- 1 Kutsarang Ketchup
- 1 kutsarang pulot
- 1 Kutsarang Soy Sauce
- 1 Kutsarang Sake
- 1 Kutsaritang Rice Vinegar
- 1 Kutsarita ng Lemon Juice
- 1 Kutsaritang Grated Fresh Ginger
- ½ Kutsaritang Grated Fresh Garlic
- ¼ Kutsaritang Chinese Five-Spice Powder
- 1 Kilong Pork Spareribs

MGA TAGUBILIN:

a) Sa isang mangkok magdagdag ng pulot, ketchup, toyo, hoisin sauce, sake, lemon juice, rice vinegar, luya, limang spice powder at bawang. Ihagis upang pagsamahin.

b) Magdagdag ng mga buto-buto sa pinaghalong ito at haluin upang mabalot ng mabuti. Ilagay sa refrigerator sa loob ng 2-3 oras.

c) Painitin ang oven sa 325 degrees.

d) Magdagdag ng tubig sa broiler tray upang ang ilalim ay natatakpan. Ilagay ang rack sa try at ilipat ang mga ribs sa rack na ito.

e) Ilipat ang rack sa oven.

f) Hayaang maluto ng 40 minuto hanggang mag-golden brown.

g) Ihain nang mainit at magsaya.

37.Mu Shu Pork na may Skillet Pancake

MGA INGREDIENTS:
PARA SA MGA PANCAKE
- 1¾ tasang all-purpose na harina
- ¾ tasa ng tubig na kumukulo
- Kosher na asin
- 3 kutsarang sesame oil

PARA SA MU SHU PORK
- 2 kutsarang light soy sauce
- 1 kutsarita ng gawgaw
- 1 kutsarita ng Shaoxing rice wine
- Giiling na puting paminta
- ¾ pound walang buto na baboy loin, hiniwa laban sa butil
- 3 kutsarang langis ng gulay
- 2 kutsarita binalatan ng pinong tinadtad na sariwang luya
- 1 malaking karot, binalatan at pinanipis nang manipis hanggang 3 pulgada ang haba
- 6 hanggang 8 sariwang wood ear mushroom, hiniwa sa julienne strips
- ½ maliit na ulo berdeng repolyo, ginutay-gutay
- 2 scallions, gupitin sa ½-pulgada ang haba
- 1 (4-onsa) lata na hiniwa-hiwa na mga usbong ng kawayan, pinatuyo at pinutol
- ¼ tasa ng Plum Sauce, para sa paghahatid

MGA TAGUBILIN:
PARA GUMAGAWA NG MGA PANCAKE

a) Sa isang malaking mangkok ng paghahalo, gamit ang isang kahoy na kutsara, paghaluin ang harina, tubig na kumukulo, at isang kurot ng asin. Pagsamahin ang lahat ng ito hanggang sa ito ay maging malabo na masa. Ilipat ang kuwarta sa isang pinutol na tabla at masahin sa pamamagitan ng kamay sa loob ng mga 4 na minuto, o hanggang makinis. Magiging mainit ang kuwarta, kaya magsuot ng disposable gloves para protektahan ang iyong mga kamay. Ibalik ang kuwarta sa mangkok at takpan ng plastic wrap. Hayaang magpahinga ng 30 minuto.

b) Hugis ang kuwarta sa isang 12-pulgada ang haba sa pamamagitan ng pag-roll out gamit ang iyong mga kamay. Gupitin ang log sa 12 pantay na piraso, pinapanatili ang bilog na hugis upang lumikha ng mga medalyon. Patag ang mga medalyon gamit ang iyong mga palad at lagyan ng sesame oil ang mga tuktok. Pindutin ang mga gilid na may langis nang magkasama, upang lumikha ng 6 na stack ng mga dobleng piraso ng kuwarta.

c) I-roll ang bawat stack sa isang manipis, bilog na sheet, 7 hanggang 8 pulgada ang lapad. Pinakamainam na patuloy na baligtarin ang pancake habang gumugulong ka, upang magkaroon ng pantay na manipis para sa magkabilang panig.

d) Mag-init ng cast-iron na kawali sa katamtamang init at lutuin ang mga pancake nang paisa-isa nang humigit-kumulang 1 minuto sa unang bahagi, hanggang sa ito ay bahagyang maging translucent at magsimulang mapaltos. I-flip upang lutuin ang kabilang panig, isa pang 30 segundo. Ilipat ang pancake sa isang plato na nilagyan ng kitchen towel at maingat na hilahin ang dalawang pancake.

PARA GAWIN ANG MU SHU PORK

e) Sa isang mixing bowl, paghaluin ang light soy, cornstarch, rice wine, at isang kurot ng puting paminta. Idagdag ang hiniwang baboy at ihalo at i-marinate ng 10 minuto.

f) Init ang isang kawali sa katamtamang init hanggang sa sumirit ang isang patak ng tubig at sumingaw kapag nadikit. Ibuhos ang langis ng gulay at paikutin upang mabalot ang base ng wok. Timplahan ang mantika sa pamamagitan ng pagdaragdag ng luya at isang pakurot ng asin. Hayaang sumirit ang luya sa mantika sa loob ng mga 10 segundo, paikutin nang marahan.

g) Idagdag ang baboy at iprito ng 1 hanggang 2 minuto, hanggang sa hindi na kulay rosas. Idagdag ang carrot at mushroom at ipagpatuloy ang pagprito ng 2 minuto pa, o hanggang sa lumambot ang carrot. Idagdag ang repolyo, scallions, at bamboo shoots at iprito ng isa pang minuto, o hanggang uminit. Ilipat sa isang mangkok at ihain sa pamamagitan ng pagsandok ng pagpuno ng baboy sa gitna ng pancake at sa ibabaw ng plum sauce.

38. Steamed BBQ pork buns

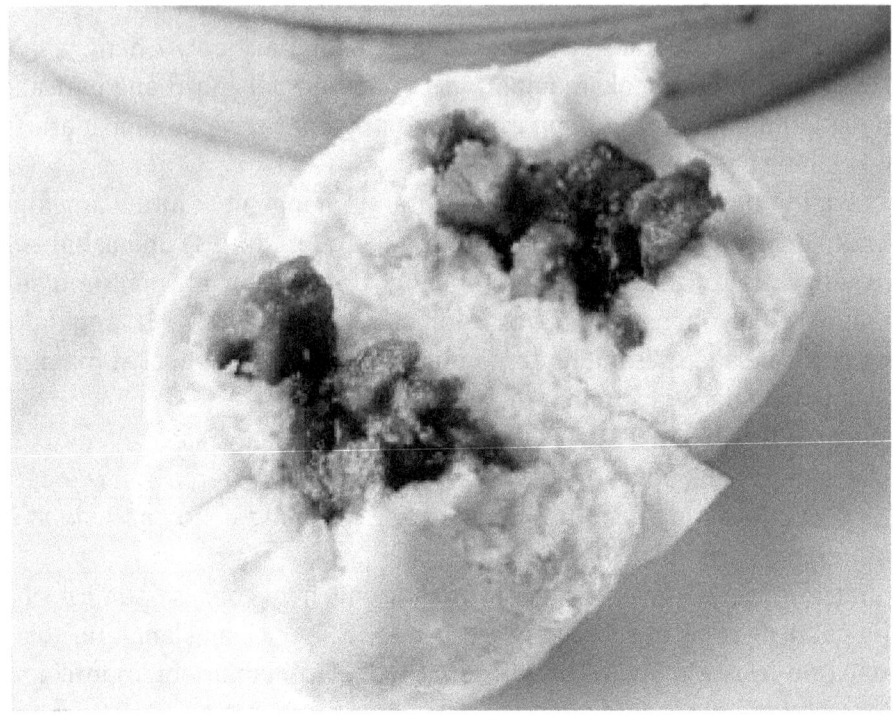

MGA INGREDIENTS:
PARA SA STEAMED BUN DOUGH:
- 1 kutsarita aktibong dry yeast
- ¾ tasa ng maligamgam na tubig
- 2 tasang all-purpose na harina
- 1 tasang gawgaw
- 5 kutsarang asukal
- ¼ tasa ng canola o vegetable oil
- 2½ kutsarita ng baking powder

PARA SA PAGPUPUNO:
- 1 kutsarang mantika
- ⅓ tasa ng pinong tinadtad na shallots o pulang sibuyas
- 1 kutsarang asukal
- 1 kutsarang light soy sauce
- 1½ kutsarang oyster sauce
- 2 kutsarita ng sesame oil
- 2 kutsarita ng maitim na toyo
- ½ tasang stock ng manok
- 2 kutsarang all-purpose na harina
- 1½ tasang diced Chinese roast pork

MGA TAGUBILIN:
a)   Sa mangkok ng electric mixer na nilagyan ng dough hook attachment (maaari ka ring gumamit ng regular na mixing bowl at masahin gamit ang kamay), i-dissolve ang 1 kutsarita ng active dry yeast sa ¾ cup mainit na tubig. Salain ang harina at corn-starch, at idagdag ito sa pinaghalong lebadura kasama ang asukal at mantika.

b)   I-on ang mixer sa pinakamababang setting at hayaan ito hanggang sa mabuo ang isang makinis na dough ball. Takpan ng isang mamasa-masa na tela at hayaan itong magpahinga ng 2 oras. (Idagdag mo ang baking powder mamaya!)

c)   Habang ang masa ay nagpapahinga, gawin ang pagpuno ng karne. Init ang 1 kutsarang mantika sa isang kawali sa katamtamang init. Idagdag ang shallots/sibuyas at iprito ng 1 minuto. Bawasan ang init sa medium-low, at idagdag ang asukal, light soy sauce, oyster sauce, sesame oil, at dark soy sauce. Haluin at lutuin hanggang sa magsimulang bumula ang timpla. Idagdag ang stock ng manok at harina, lutuin ng 3 minuto hanggang lumapot. Alisin sa apoy at ihalo ang inihaw na baboy. Itabi para lumamig. Kung gagawin mo ang pagpuno nang maaga, takpan at palamigin upang maiwasan itong matuyo.

d) Matapos makapagpahinga ang iyong kuwarta sa loob ng 2 oras, idagdag ang baking powder sa kuwarta at i-on ang mixer sa pinakamababang setting. Sa puntong ito, kung ang kuwarta ay mukhang tuyo o nahihirapan kang isama ang baking powder, magdagdag ng 1-2 teaspoons na tubig. Dahan-dahang masahin ang kuwarta hanggang sa maging makinis muli. Takpan ng isang mamasa-masa na tela at hayaan itong magpahinga ng isa pang 15 minuto. Samantala, kumuha ng isang malaking piraso ng parchment paper at gupitin ito sa sampung 4x4 pulgadang parisukat. Ihanda ang iyong bapor sa pamamagitan ng pagpapakulo ng tubig.

e) Ngayon ay handa na kaming tipunin ang mga buns: igulong ang kuwarta sa isang mahabang tubo at hatiin ito sa 10 pantay na piraso. Pindutin ang bawat piraso ng kuwarta sa isang disc na humigit-kumulang 4½ pulgada ang lapad (dapat itong mas makapal sa gitna at mas manipis sa paligid ng mga gilid). Lagyan ng kaunting palaman at lagyan ng pleat ang mga buns hanggang sa sarado ang mga ito sa itaas.

f) Ilagay ang bawat tinapay sa isang parisukat na papel na parchment, at singaw. Pinasingaw ko ang mga buns sa dalawang magkahiwalay na batch gamit ang bamboo steamed.

g) Kapag kumulo na ang tubig, ilagay ang mga buns sa steamer at pasingawan ang bawat batch sa loob ng 12 minuto sa sobrang init.

39. Pork Spareribs na may Black Bean Sauce

MGA INGREDIENTS:
- 1-pound pork spareribs, gupitin nang crosswise sa 1½-inch-wide strips
- ¼ kutsarita ng giniling na puting paminta
- 2 kutsarang Black Bean Sauce o black bean sauce na binili sa tindahan
- 1 kutsarang Shaoxing rice wine
- 1 kutsarang langis ng gulay
- 2 kutsarita ng gawgaw
- ½-pulgadang sariwang piraso ng luya, binalatan at pinong tinadtad
- 2 sibuyas ng bawang, pinong tinadtad
- 1 kutsarita ng sesame oil
- 2 scallions, hiniwa ng manipis

MGA TAGUBILIN:

a) Hatiin sa pagitan ng mga tadyang upang paghiwalayin ang mga ito sa mga riblet na kasing laki ng kagat. Sa isang mababaw, hindi tinatablan ng init na mangkok, pagsamahin ang mga tadyang at puting paminta. Idagdag ang black bean sauce, rice wine, vegetable oil, cornstarch, luya, at bawang at ihagis upang pagsamahin, siguraduhin na ang mga riblet ay lahat ay pinahiran. I-marinate ng 10 minuto.

b) Banlawan ang bamboo steamer basket at ang takip nito sa ilalim ng malamig na tubig at ilagay ito sa kawali. Ibuhos ang 2 pulgadang tubig, o hanggang sa makarating ito sa itaas ng ilalim na gilid ng steamer nang humigit-kumulang ¼ hanggang ½ pulgada, ngunit hindi gaanong nahawakan nito ang ilalim ng basket. Ilagay ang mangkok na may mga tadyang sa basket ng bapor at takpan.

c) Gawing mataas ang apoy upang pakuluan ang tubig, pagkatapos ay ibaba ang apoy sa medium-high. I-steam sa medium-high heat sa loob ng 20 hanggang 22 minuto, o hanggang sa hindi na pink ang mga riblet. Maaaring kailanganin mong lagyang muli ang tubig, kaya patuloy na suriin upang matiyak na hindi ito kumukulo sa kawali.

d) Maingat na alisin ang mangkok mula sa basket ng bapor. Ibuhos ang mga buto-buto ng sesame oil at palamutihan ng mga scallion. Ihain kaagad.

40. Pork Congee

MGA INGREDIENTS:
- 10 tasang tubig
- ¾ tasa ng jasmine rice, binanlawan at pinatuyo
- 1 kutsarita kosher salt
- 2 kutsarita na binalatan ng tinadtad na sariwang luya
- 2 sibuyas ng bawang, tinadtad
- 1 kutsarang light soy sauce, at higit pa para sa paghahatid
- 2 kutsarita ng Shaoxing rice wine
- 2 kutsarita ng gawgaw
- 6 ounces giniling na baboy
- 2 kutsarang langis ng gulay
- Mga adobo na gulay na Tsino, hiniwa nang manipis, para ihain (opsyonal)
- Scallion-Ginger Oil, para sa paghahatid (opsyonal)
- Fried Chili Oil, para sa paghahatid (opsyonal)
- Sesame oil, para sa paghahatid (opsyonal)

MGA TAGUBILIN:

a) Sa isang mabigat na ilalim na palayok, pakuluan ang tubig. Haluin ang kanin at asin at bawasan ang apoy hanggang kumulo. Takpan at lutuin, paminsan-minsang hinahalo, nang humigit-kumulang 1½ oras, hanggang sa maging malambot na parang sinigang ang kanin.

b) Habang niluluto ang congee, sa isang medium bowl, haluin ang luya, bawang, light soy, rice wine, at cornstarch. Idagdag ang baboy at hayaang mag-marinate ng 15 minuto.

c) Init ang isang kawali sa katamtamang init hanggang sa sumirit ang isang patak ng tubig at sumingaw kapag nadikit. Ibuhos ang langis ng gulay at paikutin upang mabalot ang base ng wok. Idagdag ang baboy at iprito, ihagis at hatiin ang karne, mga 2 minuto.

d) Magluto ng isa pang 1 hanggang 2 minuto nang hindi hinahalo para makakuha ng karamelisasyon.

e) Ihain ang congee sa mga mangkok ng sopas na nilagyan ng piniritong baboy. Palamutihan ng iyong napiling mga toppings.

Kordero

41. Pinirito na Mongolian Lamb

MGA INGREDIENTS:
- 2 kutsarang Shaoxing rice wine
- 1 kutsarang maitim na toyo
- 3 sibuyas ng bawang, tinadtad
- 2 kutsarita ng gawgaw
- 1 kutsarita ng sesame oil
- 1-pound na walang butong binti ng tupa, gupitin sa ¼-pulgada ang kapal na hiwa
- 3 tablespoons langis ng gulay, hinati
- 4 na binalatan na sariwang hiwa ng luya, bawat isa ay halos isang-kapat ang laki
- 2 buong pinatuyong pulang sili (opsyonal)
- Kosher na asin
- 4 scallions, gupitin sa 3-pulgada ang haba, pagkatapos ay hiniwa ng manipis na pahaba

MGA TAGUBILIN:

a) Sa isang malaking mangkok, haluin ang rice wine, dark soy, bawang, cornstarch, at sesame oil. Idagdag ang tupa sa marinade at ihagis sa amerikana. I-marinate ng 10 minuto.

b) Init ang isang kawali sa katamtamang init hanggang sa sumirit ang isang patak ng tubig at sumingaw kapag nadikit. Ibuhos ang 2 kutsarang langis ng gulay at paikutin upang mabalutan ang base ng wok. Timplahan ang mantika sa pamamagitan ng pagdaragdag ng luya, mga sili (kung ginagamit), at isang pakurot ng asin. Hayaang sumirit ang mga aromatic sa mantika nang humigit-kumulang 30 segundo, dahan-dahang umiikot.

c) Gamit ang mga sipit, iangat ang kalahati ng tupa mula sa marinade, bahagyang nanginginig upang hayaang tumulo ang labis. I-reserve ang marinade. Igisa sa kawali sa loob ng 2 hanggang 3 minuto. I-flip upang maghurno sa kabilang panig para sa isa pang 1 hanggang 2 minuto. Igisa sa pamamagitan ng paghahagis at pag-ikot sa kawali nang mabilis sa loob ng 1 minuto. Ilipat sa isang malinis na mangkok. Idagdag ang natitirang 1 kutsara ng langis ng gulay at ulitin sa natitirang tupa.

d) Ibalik ang lahat ng tupa at ang nakareserbang marinade sa wok at ihagis ang mga scallion. Magprito ng isa pang 1 minuto, o hanggang maluto ang tupa at maging makintab na sarsa ang marinade.

e) Ilipat sa isang serving platter, itapon ang luya, at ihain nang mainit.

42. Cumin-Spiced Kordero

MGA INGREDIENTS:
- ¾ pound na walang buto na binti ng tupa, gupitin sa 1-pulgadang piraso
- 1 kutsarang light soy sauce
- 1 kutsarang Shaoxing rice wine
- Kosher na asin
- 2 kutsarang giniling na kumin
- 1 kutsarita ng Sichuan peppercorns, dinurog
- ½ kutsarita ng asukal
- 3 tablespoons langis ng gulay, hinati
- 4 na binalatan na sariwang hiwa ng luya, bawat isa ay halos isang-kapat ang laki
- 2 kutsarang gawgaw
- ½ dilaw na sibuyas, hiniwa nang pahaba sa mga piraso
- 6 hanggang 8 buong pinatuyong chili peppers (opsyonal)
- 4 na sibuyas ng bawang, hiniwa ng manipis
- ½ bungkos ng sariwang cilantro, tinadtad nang magaspang

MGA TAGUBILIN:

a) Sa isang mixing bowl, pagsamahin ang tupa, light soy, rice wine, at isang maliit na pakurot ng asin. Ihagis sa coat at i-marinate ng 15 minuto, o magdamag sa refrigerator.

b) Sa isa pang mangkok, haluin ang cumin, Sichuan peppercorns, at asukal. Itabi.

c) Init ang isang kawali sa katamtamang init hanggang sa sumirit ang isang patak ng tubig at sumingaw kapag nadikit. Ibuhos ang 2 kutsarang mantika at paikutin ang base ng wok. Timplahan ang mantika sa pamamagitan ng pagdaragdag ng luya at isang pakurot ng asin. Hayaang sumirit ang luya sa mantika sa loob ng mga 30 segundo, dahan-dahang umiikot.

d) Ihagis ang mga piraso ng tupa na may gawgaw at idagdag sa mainit na kawali. Igisa ang tupa sa loob ng 2 hanggang 3 minuto bawat gilid, at pagkatapos ay iprito ng 1 o 2 minuto pa, ihagis at i-flip sa wok. Ilipat ang tupa sa isang malinis na mangkok at itabi.

e) Idagdag ang natitirang 1 kutsara ng mantika at paikutin upang mabalutan ang wok. Ihagis ang sibuyas at sili (kung ginagamit) at iprito sa loob ng 3 hanggang 4 na minuto, o hanggang sa magsimulang magmukhang makintab ang sibuyas ngunit hindi malata. Timplahan nang bahagya na may kaunting asin. Ihagis ang pinaghalong bawang at pampalasa at ipagpatuloy ang paghahalo para sa isa pang minuto.

f) Ibalik ang tupa sa kawali at ihagis upang pagsamahin ng 1 hanggang 2 minuto pa. Ilipat sa isang platter, itapon ang luya, at palamutihan ng cilantro.

43. Tupa na may Ginger at Leeks

MGA INGREDIENTS:
- ¾ pound na walang buto na binti ng tupa, gupitin sa 3 piraso, pagkatapos ay hiniwa nang manipis sa buong butil
- Kosher na asin
- 2 kutsarang Shaoxing rice wine
- 1 kutsarang maitim na toyo
- 1 kutsarang light soy sauce
- 1 kutsarita ng oyster sauce
- 1 kutsarita ng pulot
- 1 hanggang 2 kutsarita ng sesame oil
- ½ kutsarita ng giniling na Sichuan pepper corn
- 2 kutsarita ng gawgaw
- 2 kutsarang langis ng gulay
- 1 kutsarang binalatan at pinong tinadtad na sariwang luya
- 2 leeks, pinutol at hiniwa ng manipis
- 4 na sibuyas ng bawang, pinong tinadtad

MGA TAGUBILIN:

a) Sa isang mixing bowl, timplahan ng 1 hanggang 2 kurot ng asin ang tupa. Ihagis sa coat at itabi sa loob ng 10 minuto. Sa isang maliit na mangkok, haluin ang rice wine, dark soy, light soy, oyster sauce, honey, sesame oil, Sichuan pepper, at cornstarch. Itabi.

b) Init ang isang kawali sa katamtamang init hanggang sa sumirit ang isang patak ng tubig at sumingaw kapag nadikit. Ibuhos ang langis ng gulay at paikutin upang mabalot ang base ng wok. Timplahan ang mantika sa pamamagitan ng pagdaragdag ng luya at isang pakurot ng asin. Hayaang sumirit ang luya sa mantika sa loob ng mga 10 segundo, paikutin nang marahan.

c) Idagdag ang tupa at painitin sa loob ng 1 hanggang 2 minuto, pagkatapos ay magsimulang magprito, ihagis at i-flip ng 2 minuto pa, o hanggang sa hindi na kulay rosas. Ilipat sa isang malinis na mangkok at itabi.

d) Idagdag ang mga leeks at bawang at iprito sa loob ng 1 hanggang 2 minuto, o hanggang sa maging maliwanag na berde at malambot ang mga leeks. Ilipat sa lamb bowl.

e) Ibuhos ang pinaghalong sarsa at kumulo sa loob ng 3 hanggang 4 na minuto, hanggang sa mabawasan ng kalahati ang sarsa at maging makintab. Ibalik ang tupa at mga gulay sa kawali at ihagis upang pagsamahin sa sarsa.

f) Ilipat sa isang pinggan at ihain nang mainit.

44. Chinese Lamb Slivers sa Pungent Sauce

MGA INGREDIENTS:
- 1 pound Lamb Meat (balikat o binti), hiniwa sa mga hiwa na humigit-kumulang 2 pulgada ang haba
- 1 sibuyas na Bawang, tinadtad
- 2 kutsarang Sherry
- 1 kutsarita sariwang luya, tinadtad
- 1/4 kutsarita Asin
- 1/2 tasa ng Stock
- 1/2 kutsarita ng Cornstarch
- 1 kutsarang Manipis na Soy Sauce
- 1/2 tasa Peanut Oil (para sa Pagprito)
- 1/2 kutsarang Dark Soy Sauce
- 4 scallions, gupitin sa 2-pulgada na piraso
- 1/2 kutsarita ng Asukal
- 1/2 malaking Bell Pepper, hiniwa sa mga hiwa upang tumugma sa tupa
- 1/2 kutsarang Cider Vinegar

MGA TAGUBILIN:
a) Gupitin ang karne ng tupa sa buong butil sa mga hiwa na mga 2 pulgada ang haba.
b) Sa isang mangkok, budburan ang tupa ng asin at gawgaw; kuskusin ito sa karne. Magdagdag ng sherry at i-marinate ang tupa sa loob ng 15 minuto.
c) Gupitin at gupitin ang mga scallion sa 2-pulgada na piraso.
d) Hatiin, ubusin, at hiwain ang bell pepper sa mga hiwa na tumutugma sa laki ng tupa.
e) Pagsamahin ang stock, toyo, asukal, at cider vinegar; itabi ang halo na ito.
f) Init ang mantika ng mani sa isang kawali hanggang sa temperaturang deep-fry (dapat mabuo ang mga bula sa paligid ng isang tuyong chopstick na nakahawak sa mantika).
g) Saglit na iprito ang mga hiwa ng tupa hanggang sa magsimulang maging kayumanggi ang patong ng almirol. Alisin ang tupa at hayaang maubos ito sa isang salaan. I-save ang langis. Hugasan ang wok.
h) Ibalik ang kawali sa mataas na init at magdagdag ng 2 kutsarang mantika sa napakainit na kawali. Kapag nagsimula nang umusok ang

mantika, idagdag ang scallion at bell pepper. Haluin ng 30 segundo, pagkatapos ay idagdag ang bawang at luya. Ipagpatuloy ang pag-stir-fry.

i) Kapag ang bell pepper ay naging maliwanag na berde, idagdag ang pinaghalong stock. Haluin hanggang kumulo ang likido at bahagyang bumaba.

j) Idagdag ang pritong tupa pabalik sa kawali at iprito hanggang sa mainit ang tupa.

k) Ihain ang iyong masarap na Chinese lamb sliver sa masangsang na sarsa.

l) Tangkilikin ang masarap na ulam na ito na may masangsang na sarsa!

45. Chinese Long Beans with Lamb

MGA INGREDIENTS:
- 1/2 pound Chinese Long Beans, hugasan, inalis ang mga dulo ng tangkay, at gupitin sa 3-pulgadang piraso
- 1/4 kutsarita ng Chinese Five-Spice Powder
- 1 kutsarang Soy Sauce
- 1 kutsarita ng Rice Vinegar
- 1/2 kutsarita Chili Paste na may Bawang
- 1 kutsarang Langis ng Gulay
- 1 tasang Green Onions, puti at ilan sa mga berdeng bahagi, hiniwa pahilis sa 1-pulgadang piraso
- 1/2 kutsarang Bawang, tinadtad
- 1 tasa ng kamatis, may binhi at diced
- 1 tasang Sabaw ng Manok
- 6 ounces Roast Lamb (lean meat lang), gupitin sa 2x1/2-inch strips
- 1/4 tasa ng Hoisin Sauce
- 1 kutsarang Sesame Oil
- 1 kutsarang Cornstarch na hinaluan ng 1 kutsarang malamig na tubig

MGA TAGUBILIN:
a) Sa isang maliit na mangkok, pagsamahin ang Chinese Five-Spice Powder, toyo, rice vinegar, at chili paste. Haluing mabuti para matunaw ang pulbos. Itabi.

Nagluluto:

b) Sa isang kawali o malalim na kawali na may takip, painitin ang mantika ng gulay hanggang sa halos umusok ito.

c) Idagdag ang berdeng mga sibuyas at ihagis ang mga ito sa medium-high heat sa loob ng 1 minuto.

d) Idagdag ang tinadtad na bawang at diced na kamatis at ihagis ng karagdagang 30 segundo.

e) Idagdag ang reserved seasoning mixture at ang cut long beans. Ihagis at haluin ng 1 minuto.

f) Idagdag ang sabaw ng manok at pakuluan. Ibaba ang apoy sa kumulo, takpan ang kawali, at lutuin ng 20 minuto o hanggang maluto ang beans ngunit matigas pa rin.

g) Idagdag ang mga piraso ng tupa at ang hoisin sauce. Ihagis sandali, takpan muli ang kawali, at kumulo hanggang sa uminit ang tupa, na dapat tumagal ng mga 5 minuto.

h) Sa isang maliit na mangkok, gumawa ng slurry na may cornstarch at 1 kutsara ng malamig na tubig.

i) Kapag mainit na ang tupa, alisan ng takip ang kawali, ilagay ang cornstarch slurry, at haluin hanggang kumulo ang likido at medyo lumapot, mga 1 minuto.

j) Patayin ang apoy, ihalo ang sesame oil at ihain ang iyong Chinese long beans na may tupa nang sabay-sabay sa steamed o boiled rice.

46.Xinjiang Cumin Lamb

MGA INGREDIENTS:
- 1 lb (450g) binti ng tupa, gupitin sa 1.5-cm (3/2-pulgada) na mga cube
- 1 kutsarang toyo
- 1 kutsarang Shaoxing wine (o dry sherry)
- 1/2 kutsarita ng asin
- 1/4 tasa ng gawgaw

Spice Mix:
- 2 kutsarang cumin powder
- 2 kutsarita ng Sichuan chili flakes (o Korean chili flakes)
- 1/2 kutsarita ng asukal
- 1/4 kutsarita sariwang giniling na Sichuan peppercorns (opsyonal)

Ginisa:
- 4 na kutsarang peanut oil (o vegetable oil)
- 1/2 tasa ng pinatuyong chili peppers
- 1 maliit na puting sibuyas, malaking diced
- 1 hinlalaki luya, tinadtad
- 5 cloves na bawang, hiniwa
- 1 tasang cilantro, tinadtad
- Toasted sesame seeds para sa dekorasyon (opsyonal)

MGA TAGUBILIN:

a) Pagsamahin ang tupa, toyo, Shaoxing wine, at asin sa isang malaking mangkok. Haluing mabuti at i-marinate ng 20 minuto sa temperatura ng kuwarto o sa refrigerator hanggang magdamag.

b) Sa isang maliit na mangkok, pagsamahin ang mga sangkap para sa halo ng pampalasa.

c) Kapag handa ka nang magluto, alisan ng tubig ang anumang labis na likido mula sa tupa. Magdagdag ng gawgaw, ilang kutsara nang paisa-isa, at haluin hanggang ang lahat ng mga piraso ng tupa ay mabalot.

d) Init ang 3 kutsarang mantika sa isang malaking kawali sa katamtamang init hanggang sa mainit. Idagdag ang mga piraso ng tupa, ikalat ang mga ito upang maiwasan ang magkakapatong, at lutuin nang hindi hinahawakan hanggang sa maging ginintuang ang ilalim na bahagi (mga 1 minuto). I-flip ang tupa at lutuin ang kabilang panig hanggang sa ito ay bahagyang ginintuang habang ang loob ay nananatiling medyo pink (mga 30 hanggang 40 segundo). Ilipat ang tupa sa isang malaking plato.

e) Idagdag ang natitirang 1 kutsarang mantika, pinatuyong chili peppers, luya, at bawang sa kawali. Haluin ng ilang beses upang palabasin ang halimuyak, pagkatapos ay idagdag ang tinadtad na sibuyas. Magluto ng halos 1 minuto, hanggang sa magsimulang maging malambot ang sibuyas.

f) Ibalik ang nilutong tupa sa kawali at iwiwisik ang halo ng pampalasa sa lahat. Haluin agad para malagyan ng pampalasa ang tupa. Alisin ang kawali mula sa kalan at tikman ang isang piraso ng tupa; magdagdag ng higit pang asin kung kinakailangan.

g) Idagdag ang tinadtad na cilantro at bigyan ito ng panghuling paghahalo. Ilipat kaagad ang lahat sa isang malaking plato.

h) Maaari mong palamutihan ng toasted sesame seeds kung ninanais. Ihain ang Xinjiang Cumin Lamb na mainit bilang pangunahing ulam.

i) Tangkilikin ang tunay na Xinjiang Cumin Lamb recipe na ito!

47. Beijing (Peking) Nilagang Tupa

MGA INGREDIENTS:
- 450g (1lb) na walang buto na balikat ng tupa
- 2 spring onion
- 2 hiwa ng sariwang luya
- 1 kutsarang groundnut o vegetable oil
- 1 maliit na sibuyas, pinong tinadtad

PARA SA BRAISING SAUCE:
- 900ml (1½ pints) stock ng manok
- 2 buong star anise
- 50g (2oz) Chinese rock sugar o granulated sugar
- 3 kutsarang maitim na toyo
- 3 kutsarang Shaoxing rice wine o dry sherry
- 1 piraso ng Chinese cinnamon bark o isang cinnamon stick
- 2 tbsp sesame paste o peanut butter
- 2 kutsarang hoisin sauce

MGA TAGUBILIN:

a) Gupitin ang karne sa 5cm (2in) na cube. Paputiin ang tupa sa pamamagitan ng paglubog nito sa kumukulong tubig sa loob ng 5 minuto. Alisin ang karne at itapon ang tubig. Hiwain ang mga spring onion sa isang bahagyang dayagonal sa 7.5cm (3in) na mga piraso.

b) Mag-init ng kawali o isang malaking kawali sa sobrang init hanggang sa ito ay mainit. Idagdag ang mantika, at kapag ito ay napakainit at bahagyang umuusok, idagdag ang mga piraso ng tupa. Haluin ang tupa hanggang sa ito ay maging kayumanggi. Idagdag ang spring onions, luya, at sibuyas sa kawali at ipagpatuloy ang paghahalo sa loob ng 5 minuto.

c) Ilipat ang halo na ito sa isang malaking flameproof na kaserol o kawali at idagdag ang mga sangkap ng braising sauce. Pakuluan ang likido, alisin ang anumang taba mula sa ibabaw, at pagkatapos ay bawasan ang init sa pinakamababang setting nito. Takpan at igisa sa loob ng 1½ oras o hanggang ang tupa ay medyo malambot, paminsan-minsan ay inaalis ang anumang taba sa ibabaw ng sarsa.

d) Ayusin ang nilutong karne sa isang pinggan at ihain kasama ng sarsa. Ang anumang natirang sarsa ay maaaring i-freeze.

ISDA AT SEAFOOD

48. Velveted Scallops

MGA INGREDIENTS:
- 1 malaking puti ng itlog
- 2 kutsarang gawgaw
- 2 tablespoons Shaoxing rice wine, hinati
- 1 kutsarita kosher salt, hinati
- 1-pound sariwang sea scallops, binanlawan, inalis ang kalamnan, at tinuyo
- 3 tablespoons langis ng gulay, hinati
- 1 kutsarang light soy sauce
- ¼ tasa ng sariwang piniga na orange juice
- Grated zest ng 1 orange
- Red pepper flakes (opsyonal)
- 2 scallion, berdeng bahagi lamang, hiniwa ng manipis, para sa dekorasyon

MGA TAGUBILIN:

a) Sa isang malaking mangkok, pagsamahin ang puti ng itlog, cornstarch, 1 kutsarang rice wine, at ½ kutsarita ng asin at haluin gamit ang maliit na whisk hanggang sa tuluyang matunaw ang cornstarch at hindi na bukol. Ihagis ang mga scallop at palamigin ng 30 minuto.

b) Alisin ang mga scallop mula sa refrigerator. Magdala ng katamtamang laki ng kaldero ng tubig upang pakuluan. Magdagdag ng 1 kutsara ng langis ng gulay at bawasan sa isang kumulo. Idagdag ang scallops sa kumukulong tubig at lutuin ng 15 hanggang 20 segundo, patuloy na paghahalo hanggang sa maging malabo na lang ang scallops (hindi lubusang maluto ang scallops). Gamit ang isang wok skimmer, ilipat ang mga scallop sa isang baking sheet na may linya ng tuwalya ng papel at patuyuin ng mga tuwalya ng papel.

c) Sa isang glass measuring cup, pagsamahin ang natitirang 1 kutsara ng rice wine, light soy, orange juice, orange zest, at isang kurot ng red pepper flakes (kung ginagamit) at itabi.

d) Init ang isang kawali sa katamtamang init hanggang sa sumirit ang isang patak ng tubig at sumingaw kapag nadikit. Ibuhos ang natitirang 2 kutsara ng mantika at paikutin upang mabalutan ang base ng wok. Timplahan ang mantika sa pamamagitan ng pagdaragdag ng natitirang ½ kutsarita ng asin.

e) Idagdag ang Velveted scallops sa wok at paikutin ang sauce. Igisa ang mga scallop hanggang sa maluto na lang, mga 1 minuto. Ilipat sa isang serving dish at palamutihan ng mga scallion.

49. Hipon at Scrambled Egg

MGA INGREDIENTS:
- 2 kutsarang kosher salt, dagdag pa para sa pampalasa
- 2 kutsarang asukal
- 2 tasang malamig na tubig
- 6 onsa na katamtamang hipon (U41–50), binalatan at hiniwa
- 4 malalaking itlog, sa temperatura ng kuwarto
- ½ kutsarita ng sesame oil
- Bagong giniling na itim na paminta
- 2 tablespoons langis ng gulay, hinati
- 2 binalatan na sariwang hiwa ng luya, bawat isa ay halos isang-kapat ang laki
- 2 sibuyas ng bawang, hiniwa ng manipis
- 1 bungkos na chives, gupitin sa ½-pulgada na piraso

MGA TAGUBILIN:

a) Sa isang malaking mangkok, haluin ang asin at asukal sa tubig hanggang sa matunaw. Idagdag ang hipon sa brine. Takpan at palamigin ng 10 minuto.

b) Alisan ng tubig ang hipon sa isang colander at banlawan. Itapon ang brine. Ikalat ang hipon sa isang baking sheet na nilagyan ng tuwalya ng papel at patuyuin.

c) Sa isa pang malaking mangkok, haluin ang mga itlog na may sesame oil at isang pakurot ng asin at paminta hanggang sa pagsamahin. Itabi.

d) Init ang isang kawali sa katamtamang init hanggang sa sumirit ang isang patak ng tubig at sumingaw kapag nadikit. Ibuhos ang 1 kutsarang langis ng gulay at paikutin upang mabalot ang base ng wok. Timplahan ang mantika sa pamamagitan ng pagdaragdag ng luya at isang pakurot ng asin. Hayaang sumirit ang luya sa mantika sa loob ng mga 30 segundo, dahan-dahang umiikot.

e) Idagdag ang bawang at igisa sandali para matikman ang mantika, mga 10 segundo. Huwag hayaang kayumanggi o masunog ang bawang. Idagdag ang hipon at iprito ng mga 2 minuto, hanggang sa maging pink ang mga ito. Ilipat sa isang plato at itapon ang luya.

f) Ibalik ang wok sa init at idagdag ang natitirang 1 kutsara ng langis ng gulay. Kapag mainit na ang mantika, paikutin ang pinaghalong itlog sa kawali. Paikutin at kalugin ang mga itlog para maluto. Idagdag ang chives sa kawali at ipagpatuloy ang pagluluto hanggang sa maluto ang mga itlog ngunit hindi matuyo. Ibalik ang hipon sa kawali at ihagis upang pagsamahin. Ilipat sa isang serving plate.

50. Szechwan Shrimp

MGA INGREDIENTS:
- 4 Kutsarang Tubig
- 2 Kutsarang Ketchup
- 1 Kutsarang Soy Sauce
- 2 Kutsarita ng Cornstarch
- 1 Kutsarita ng Honey
- ½ Kutsarita ng Dinurog na Pulang Paminta
- ¼ Kutsarita ng Ground Ginger
- 1 Kutsarang Langis ng Gulay
- ¼ tasa ng hiniwang berdeng sibuyas
- 4 na siwang Bawang, tinadtad
- 12 Ounces Lutong Hipon, Tinatanggal ang mga Buntot

MGA TAGUBILIN:

a) Kumuha ng lalagyan at pagsamahin ang ketchup, tubig, toyo, bell pepper, honey, luya at gawgaw. Itabi.

b) Init ang mantika sa kawali at igisa ang sibuyas na may bawang sa loob ng 1-2 minuto.

c) Ngayon magdagdag ng mga hipon at iprito ng 5 minuto.

d) Ibuhos sa sarsa at ihalo nang maigi.

e) Magluto ng 10-15 minuto sa katamtamang init o hanggang sa maging bubbly ang sauce.

51. Crab Rangoon

MGA INGREDIENTS:
- 1 (14 Onsa) na Pakete na Maliliit na Nanalo Ton na Balot
- 2 (8 Onsa) na Pakete ng Cream Cheese, Pinalambot
- 1 Kutsaritang Minced Fresh Ginger Root
- ½ Kutsaritang Tinadtad na Sariwang Cilantro
- ½ Kutsaritang Pinatuyong Parsley
- 3 Kutsarang Dark Soy Sauce
- 1 pound crabmeat, ginutay-gutay
- 1 Quart Oil Para sa Pagprito

MGA TAGUBILIN:
a) Init ang mantika sa kawali.
b) Kumuha ng isang mangkok at magdagdag ng toyo, luya, bawang, cilantro, crabmeat, perehil at cream cheese, ihalo nang mabuti.
c) Ikalat ang wonton wrapper sa malinis na ibabaw at ilagay ang 1 kutsarita ng cream cheese mixture dito.
d) Tiklupin ang wrapper sa pagpuno upang bumuo ng isang tatsulok o kalahating buwan.
e) I-brush ang mga gilid ng tubig, ulitin ang parehong mga hakbang para sa lahat ng mga wrapper. Takpan ng basa-basa na tuwalya ng paminta.
f) Maglipat ng 3-4 wontons sa mainit na mantika at lutuin hanggang sa ginintuang kayumanggi.
g) Ilagay sa tuwalya ng papel upang maubos ang labis na langis.
h) Ihain nang mainit.

52.Chinese Broccoli na may Oyster Sauce

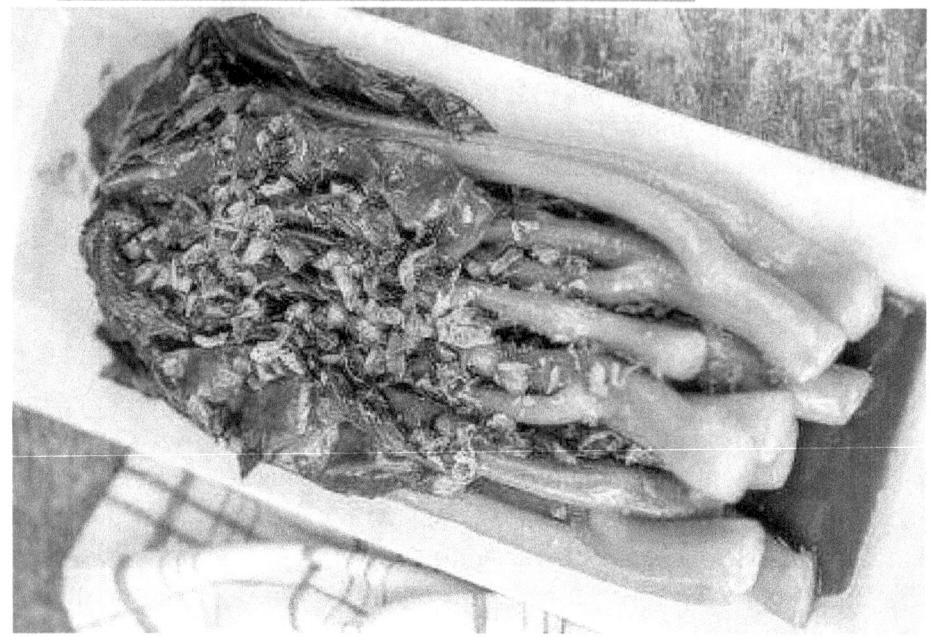

MGA INGREDIENTS:
- ¼ tasa ng oyster sauce
- 2 kutsarita ng light soy sauce
- 1 kutsarita ng sesame oil
- 2 kutsarang langis ng gulay
- 4 na binalatan na sariwang hiwa ng luya, bawat isa ay halos isang-kapat ang laki
- 4 na sibuyas ng bawang, binalatan
- Kosher na asin
- 2 bungkos na Chinese broccoli o broccoli, pinutol ang matigas na dulo
- 2 kutsarang tubig

MGA TAGUBILIN:

a) Sa isang maliit na mangkok, haluin ang oyster sauce, light soy, at sesame oil at itabi.

b) Init ang isang kawali sa katamtamang init hanggang sa sumirit ang isang patak ng tubig at sumingaw kapag nadikit. Ibuhos ang langis ng gulay at paikutin upang mabalot ang base ng wok. Idagdag ang luya, bawang, at isang pakurot ng asin. Hayaang sumirit ang mga aromatic sa mantika, dahan-dahang umikot nang mga 10 segundo.

c) Idagdag ang broccoli at ihalo, ihagis hanggang malagyan ng mantika at matingkad na berde. Idagdag ang tubig at takpan upang singaw ang broccoli sa loob ng mga 3 minuto, o hanggang sa madaling mabutas ng kutsilyo ang mga tangkay. Alisin ang luya at bawang at itapon.

d) Haluin ang sarsa at ihalo hanggang mainit. Ilipat sa isang serving plate.

53. Shanghainese-Style Stir-Fried Shrimp

MGA INGREDIENTS:
- 1-pound medium-large shrimp (U31–40), binalatan at hinihilot, naiwan ang mga buntot
- 2 kutsarang langis ng gulay
- Kosher na asin
- 2 kutsarita ng Shaoxing rice wine
- 2 scallion, pinong julienned

MGA TAGUBILIN:

a) Gamit ang matalim na gunting sa kusina o isang paring knife, hiwain ang hipon sa kalahating pahaba, na panatilihing buo ang bahagi ng buntot. Habang ang hipon ay pinirito, ang paggupit nito sa ganitong paraan ay magbibigay ng mas maraming ibabaw at lumikha ng kakaibang hugis at texture!

b) Patuyuin ang hipon gamit ang mga tuwalya ng papel at panatilihing tuyo. Kung mas tuyo ang hipon, mas masarap ang ulam. Maaari mong panatilihin ang hipon sa refrigerator, na pinagsama sa isang tuwalya ng papel, nang hanggang 2 oras bago lutuin.

c) Init ang isang kawali sa katamtamang init hanggang sa sumirit ang isang patak ng tubig at sumingaw kapag nadikit. Ibuhos ang mantika at paikutin upang mabalutan ang base ng wok. Timplahan ang mantika sa pamamagitan ng pagdaragdag ng isang maliit na pakurot ng asin, at paikutin nang malumanay.

d) Idagdag ang hipon nang sabay-sabay sa mainit na kawali. Ihagis at i-flip nang mabilis sa loob ng 2 hanggang 3 minuto, hanggang ang hipon ay magsisimulang maging pink. Timplahan ng isa pang maliit na kurot ng asin, at idagdag ang rice wine. Hayaang kumulo ang alak habang nagpapatuloy ka sa pagprito, mga 2 minuto pa. Ang hipon ay dapat maghiwalay at mabaluktot, nakadikit pa rin sa buntot.

e) Ilipat sa isang serving platter at palamutihan ng mga scallion. Ihain nang mainit.

54. Walnut Shrimp

MGA INGREDIENTS:
- Nonstick vegetable oil spray
- 1-pound jumbo shrimp (U21–25), binalatan
- 25 hanggang 30 halves ng walnut
- 3 tasa ng langis ng gulay, para sa Pagprito
- 2 kutsarang asukal
- 2 kutsarang tubig
- ¼ tasa ng mayonesa
- 3 kutsarang matamis na condensed milk
- ¼ kutsarita ng suka ng bigas
- Kosher na asin
- ⅓ tasa ng gawgaw

MGA TAGUBILIN:

a) Lagyan ng parchment paper ang isang baking sheet at bahagyang i-spray ng cooking spray. Itabi.

b) Paruparo ang hipon sa pamamagitan ng paghawak nito sa isang cutting board na nakakurba pababa. Simula sa lugar ng ulo, ipasok ang dulo ng isang paring knife tatlong-kapat ng daan sa hipon. Gumawa ng hiwa sa gitna ng likod ng hipon hanggang sa buntot. Huwag gupitin ang hipon, at huwag gupitin sa bahagi ng buntot. Buksan ang hipon na parang libro at ikalat ito ng patag. Punasan ang ugat (ang digestive tract ng hipon) kung ito ay nakikita at banlawan ang hipon sa ilalim ng malamig na tubig, pagkatapos ay patuyuin gamit ang isang tuwalya ng papel. Itabi.

c) Sa isang kawali, painitin ang mantika sa katamtamang init hanggang 375°F, o hanggang sa ito ay bumula at sumirit sa dulo ng isang kahoy na kutsara. Iprito ang mga walnut hanggang sa ginintuang kayumanggi, 3 hanggang 4 na minuto, at, gamit ang wok skimmer, ilipat ang mga walnut sa isang platong may linyang papel na tuwalya. Itabi at patayin ang apoy.

d) Sa isang maliit na kasirola, haluin ang asukal at tubig at pakuluan sa katamtamang init, pagpapakilos paminsan-minsan, hanggang sa matunaw ang asukal. Ibaba ang apoy sa katamtaman at kumulo upang mabawasan ang syrup sa loob ng 5 minuto, o hanggang sa makapal at makintab ang syrup. Idagdag ang mga walnuts at ihagis upang ganap na malagyan ng syrup ang mga ito. Ilipat ang mga mani sa inihandang baking sheet at itabi upang palamig. Ang asukal ay dapat tumigas sa paligid ng mga mani at bumuo ng isang minatamis na shell.

e) Sa isang maliit na mangkok, haluin ang mayonesa, condensed milk, rice vinegar, at isang kurot na asin. Itabi.

f) Ibalik ang wok oil sa 375°F sa medium-high heat. Habang umiinit ang mantika, lagyan ng kaunting asin ang hipon. Sa isang mangkok ng paghahalo, ihagis ang hipon sa gawgaw hanggang sa mabalot ng mabuti. Paggawa sa maliliit na batch, kalugin ang labis na gawgaw mula sa hipon at iprito sa mantika, mabilis na ilipat ang mga ito sa mantika upang hindi magkadikit. Iprito ang hipon sa loob ng 2 hanggang 3 minuto hanggang maging golden brown.

g) Ilipat sa isang malinis na mangkok ng paghahalo at ibuhos ang sarsa. Dahan-dahang tiklupin hanggang ang hipon ay malagyan ng pantay. Ayusin ang hipon sa isang platter at palamutihan ng mga minatamis na walnuts. Ihain nang mainit.

55. Asin at Paminta na Hipon

MGA INGREDIENTS:
- 1 kutsarang kosher salt
- 1½ kutsarita ng Sichuan peppercorns
- 1½ libra na malalaking hipon (U31–35), binalatan at hiniwa, naiwan ang mga buntot
- ½ tasa ng langis ng gulay
- 1 tasang gawgaw
- 4 scallion, hiniwa pahilis
- 1 jalapeño pepper, hiniwa ng kalahati at may binhi, hiniwa nang manipis
- 6 na sibuyas ng bawang, hiniwa nang manipis

MGA TAGUBILIN:

a) Sa isang maliit na kawali o kawali sa katamtamang init, i-toast ang asin at peppercorns hanggang mabango, nanginginig at hinahalo nang madalas upang maiwasang masunog. Ilipat sa isang mangkok upang ganap na palamig. Gilingin ang asin at peppercorn sa isang gilingan ng pampalasa o gamit ang isang mortar at pestle. Ilipat sa isang mangkok at itabi.

b) Patuyuin ang hipon gamit ang isang tuwalya ng papel.

c) Sa isang kawali, painitin ang mantika sa katamtamang init hanggang 375°F, o hanggang sa ito ay bumula at sumirit sa dulo ng isang kahoy na kutsara.

d) Ilagay ang cornstarch sa isang malaking mangkok. Bago ka handa na iprito ang hipon, ihagis ang kalahati ng hipon upang malagyan ng cornstarch at ipagpag ang anumang labis na gawgaw.

e) Iprito ang hipon sa loob ng 1 hanggang 2 minuto, hanggang sa maging pink ang mga ito. Gamit ang wok skimmer, ilipat ang pritong hipon sa isang rack set sa ibabaw ng baking sheet upang maubos. Ulitin ang proseso sa natitirang hipon na ihahagis sa gawgaw, pagprito, at ilipat sa rack upang maubos.

f) Kapag naluto na ang lahat ng hipon, maingat na alisin ang lahat maliban sa 2 kutsara ng mantika at ibalik ang wok sa katamtamang init. Idagdag ang mga scallion, jalapeño, at bawang at iprito hanggang sa maging maliwanag na berde ang mga scallion at jalapeño at mabango ang bawang. Ibalik ang hipon sa kawali, timplahan ng asin at paminta ayon sa panlasa (maaaring hindi mo gamitin ang lahat), at ihagis upang mabalutan. Ilipat ang hipon sa isang pinggan at ihain nang mainit.

56. Coconut Curry Crab

MGA INGREDIENTS:
- 2 kutsarang langis ng gulay
- 2 binalatan na hiwa ng sariwang luya, halos isang-kapat ang laki
- Kosher na asin
- 1 shallot, hiniwa ng manipis
- 1 kutsarang curry powder
- 1 (13.5-onsa) lata ng gata ng niyog
- ¼ kutsarita ng asukal
- 1 kutsarang Shaoxing rice wine
- 1-pound na de-latang karne ng alimango, pinatuyo at pinulot upang alisin ang mga piraso ng shell
- Bagong giniling na itim na paminta
- ¼ tasa tinadtad na sariwang cilantro o flat-leaf parsley, para sa dekorasyon
- Lutong kanin, para ihain

MGA TAGUBILIN:

a) Init ang isang kawali sa katamtamang init hanggang sa sumirit ang isang patak ng tubig at sumingaw kapag nadikit. Ibuhos ang mantika at paikutin upang mabalutan ang base ng wok. Timplahan ang mantika sa pamamagitan ng pagdaragdag ng hiwa ng luya at isang pakurot ng asin. Hayaang sumirit ang luya sa mantika sa loob ng mga 30 segundo, dahan-dahang umiikot.

b) Idagdag ang shallot at iprito ng halos 10 segundo. Idagdag ang curry powder at haluin hanggang mabango ng isa pang 10 segundo.

c) Ihalo ang gata ng niyog, asukal, at rice wine, takpan ang kawali, at lutuin ng 5 minuto.

d) Haluin ang alimango, takpan ng takip, at lutuin hanggang uminit, mga 5 minuto. Alisin ang takip, ayusin ang pampalasa na may asin at paminta, at itapon ang luya. Sandok sa ibabaw ng isang mangkok ng kanin at palamutihan ng tinadtad na cilantro.

57. Deep-Fried Black Pepper Squid

MGA INGREDIENTS:
- 3 tasa ng langis ng gulay
- 1-pound na mga tubo at galamay ng pusit, nilinis at pinutol ang mga tubo sa ⅓-pulgadang mga singsing
- ½ tasang harina ng bigas
- Kosher na asin
- ¼ kutsarita ng sariwang giniling na itim na paminta
- ¾ tasa ng sparkling na tubig, pinananatiling malamig ang yelo
- 2 kutsarang coarsely tinadtad sariwang cilantro

MGA TAGUBILIN:

a) Ibuhos ang langis sa kawali; ang langis ay dapat na mga 1 hanggang 1½ pulgada ang lalim. Dalhin ang mantika sa 375°F sa medium-high heat. Masasabi mong ang langis ay nasa tamang temperatura kapag ang langis ay bumubula at sumirit sa dulo ng kahoy na kutsara kapag ito ay isinawsaw. Patuyuin ang pusit gamit ang mga tuwalya ng papel.

b) Samantala, sa isang mababaw na mangkok, haluin ang harina ng bigas na may isang pakurot ng asin at paminta. Paghaluin sa sapat na sparkling na tubig upang bumuo ng manipis na batter. Tiklupin ang pusit at, magtrabaho sa mga batch, iangat ang pusit mula sa batter gamit ang isang wok skimmer o slotted na kutsara, ipagpag ang anumang labis. Maingat na ibababa sa mainit na mantika.

c) Lutuin ang pusit ng mga 3 minuto, hanggang sa maging golden brown at malutong. Gamit ang isang wok skimmer, alisin ang calamari mula sa mantika at ilipat sa isang plato na may linya ng tuwalya ng papel at bahagyang timplahan ng asin. Ulitin sa natitirang pusit.

d) Ilipat ang pusit sa isang pinggan at palamutihan ng cilantro. Ihain nang mainit.

58. Lasing na Hipon

MGA INGREDIENTS:
- 2 tasang Shaoxing rice wine
- 4 na binalatan na sariwang hiwa ng luya, bawat isa ay halos isang-kapat ang laki
- 2 kutsarang pinatuyong goji berries (opsyonal)
- 2 kutsarita ng asukal
- 1-pound jumbo shrimp (U21–25), binalatan at hiniwa, naiwan ang mga buntot
- 2 kutsarang langis ng gulay
- Kosher na asin
- 2 kutsarita ng gawgaw

MGA TAGUBILIN:
a) Sa isang malawak na mixing bowl, haluin ang rice wine, luya, goji berries (kung ginagamit), at asukal hanggang sa matunaw ang asukal. Idagdag ang hipon at takpan. I-marinate sa refrigerator sa loob ng 20 hanggang 30 minuto.

b) Ibuhos ang hipon at marinade sa isang colander set sa ibabaw ng isang mangkok. Magreserba ng ½ tasa ng marinade at itapon ang natitira.

c) Init ang isang kawali sa katamtamang init hanggang sa sumirit ang isang patak ng tubig at sumingaw kapag nadikit. Ibuhos ang mantika at paikutin upang mabalutan ang base ng wok. Timplahan ang mantika sa pamamagitan ng pagdaragdag ng isang maliit na pakurot ng asin, at paikutin nang malumanay.

d) Idagdag ang hipon at masiglang magprito, magdagdag ng isang kurot ng asin habang pinipitik at itinatapon ang hipon sa kawali. Patuloy na galawin ang hipon sa loob ng mga 3 minuto, hanggang sa maging kulay-rosas na lang sila.

e) Haluin ang cornstarch sa nakareserbang marinade at ibuhos ito sa hipon. Ihagis ang hipon at pahiran ng marinade. Ito ay magpapalapot sa isang makintab na sarsa habang nagsisimula itong kumulo, mga 5 minuto pa.

f) Ilipat ang hipon at goji berries sa isang pinggan, itapon ang luya, at ihain nang mainit.

59. Seafood at Veggie Stir-Fry na may Noodles

MGA INGREDIENTS:
- 1 tasa ng langis ng gulay, hinati
- 3 binalatan na sariwang hiwa ng luya
- Kosher na asin
- 1 pulang kampanilya paminta, gupitin sa 1 pulgadang piraso
- 1 maliit na puting sibuyas, hiniwa sa manipis, mahabang patayong mga piraso
- 1 malaking dakot na snow peas, tinanggal ang mga string
- 2 malalaking sibuyas ng bawang, pinong tinadtad
- ½ libra na hipon o isda, gupitin sa 1 pulgadang piraso
- 1 kutsarang Black Bean Sauce
- ½ kalahating kilong pinatuyong bigas na bigas o bean thread noodles

MGA TAGUBILIN:

a) Init ang isang kawali sa katamtamang init hanggang sa sumirit ang isang patak ng tubig at sumingaw kapag nadikit. Ibuhos ang 2 kutsarang mantika at paikutin ang base ng wok. Timplahan ang mantika sa pamamagitan ng pagdaragdag ng mga hiwa ng luya at isang maliit na pakurot ng asin. Hayaang sumirit ang luya sa mantika sa loob ng mga 30 segundo, dahan-dahang umiikot.

b) Idagdag ang kampanilya at sibuyas at mabilis na magprito sa pamamagitan ng paghagis at pag-flip sa mga ito sa kawali gamit ang wok spatula.

c) Timplahan ng kaunting asin at ipagpatuloy ang pagprito sa loob ng 4 hanggang 6 na minuto, hanggang sa ang sibuyas ay mukhang malambot at naaninag. Idagdag ang mga snow peas at bawang, ihagis at i-flip hanggang ang bawang ay mabango, mga isa pang minuto. Ilipat ang mga gulay sa isang plato.

d) Mag-init ng isa pang 1 kutsarang mantika at ilagay ang hipon o isda. Dahan-dahang ihagis at timplahan ng kaunting asin. Igisa sa loob ng 3 hanggang 4 na minuto, o hanggang sa maging pink ang hipon o magsimulang matuklap ang isda. Ibalik ang mga gulay at ihalo ang lahat nang 1 minuto pa. Itapon ang luya at ilipat ang hipon sa isang pinggan. Tent na may foil para manatiling mainit.

e) Punasan ang wok at ibalik sa medium-high heat. Ibuhos ang natitirang mantika (mga ¾ tasa) at init sa 375°F, o hanggang sa ito ay bumula at sumirit sa dulo ng isang kahoy na kutsara. Sa sandaling ang langis ay nasa temperatura, idagdag ang pinatuyong noodles. Sila ay agad na magsisimulang puff at tumaas mula sa langis. Gamit ang mga sipit, i-flip ang ulap ng noodles sa ibabaw kung kailangan mong iprito ang tuktok, at maingat na iangat mula sa mantika at ilipat sa isang plato na may linyang papel na tuwalya upang maubos at lumamig.

f) Dahan-dahang hatiin ang noodles sa maliliit na tipak at ikalat ang piniritong gulay at hipon. Ihain kaagad.

60. Whole Steamed Fish na may Ginger at Scallions

MGA INGREDIENTS:
Para sa isda
- 1 buong puting isda, humigit-kumulang 2 pounds, naka-head on at nilinis
- ½ tasa ng kosher salt, para sa paglilinis
- 3 scallion, hiniwa sa 3-pulgadang piraso
- 4 na binalatan na sariwang hiwa ng luya, bawat isa ay halos isang-kapat ang laki
- 2 kutsarang Shaoxing rice wine

Para sa sarsa
- 2 kutsarang light soy sauce
- 1 kutsarang sesame oil
- 2 kutsarita ng asukal

Para sa sizzling ginger oil
- 3 kutsarang langis ng gulay
- 2 tablespoons binalatan sariwang luya pinong julienned sa manipis na piraso
- 2 scallions, hiniwa ng manipis
- Pulang sibuyas, hiniwa ng manipis (opsyonal)
- Cilantro (opsyonal)

MGA TAGUBILIN:

a) Kuskusin ang isda sa loob at labas ng kosher salt. Banlawan ang isda at patuyuin ng mga tuwalya ng papel.

b) Sa isang plato na sapat na malaki upang magkasya sa isang bamboo steamer basket, gumawa ng kama gamit ang kalahati ng bawat scallion at luya. Ilagay ang isda sa ibabaw at ilagay ang natitirang scallion at luya sa loob ng isda. Ibuhos ang rice wine sa isda.

c) Banlawan ang bamboo steamer basket at ang takip nito sa ilalim ng malamig na tubig at ilagay ito sa kawali. Ibuhos ang humigit-kumulang 2 pulgada ng malamig na tubig, o hanggang sa ito ay nasa itaas ng ilalim na gilid ng steamer nang humigit-kumulang ¼ hanggang ½ pulgada, ngunit hindi masyadong mataas na ang tubig ay dumampi sa ilalim ng basket. Pakuluan ang tubig.

d) Ilagay ang plato sa basket ng bapor at takpan. I-steam ang isda sa katamtamang init sa loob ng 15 minuto (magdagdag ng 2 minuto para sa bawat kalahating libra pa). Bago alisin sa kawali, sundutin ang isda gamit ang isang tinidor malapit sa ulo. Kung tumalsik ang laman, tapos na. Kung magkadikit pa rin ang laman, pasingawan ng 2 minuto pa.

e) Habang ang isda ay umuusok, sa isang maliit na kawali, painitin ang light soy, sesame oil, at asukal sa mahinang apoy, at itabi.

f) Kapag luto na ang isda, ilipat sa malinis na pinggan. Itapon ang cooking liquid at aromatics mula sa steaming plate. Ibuhos ang mainit na pinaghalong toyo sa ibabaw ng isda. Tent na may foil para panatilihing mainit ito habang inihahanda mo ang mantika.

61.Pinirito na Isda na may Luya at Bok Choy

MGA INGREDIENTS:
- 1 malaking puti ng itlog
- 1 kutsarang Shaoxing rice wine
- 2 kutsarita ng gawgaw
- 1 kutsarita ng sesame oil
- ½ kutsarita ng light soy sauce
- 1-pound boneless fish fillet, gupitin sa 2-pulgadang tipak
- 4 tablespoons langis ng gulay, hinati
- Kosher na asin
- 4 na binalatan na sariwang hiwa ng luya, halos isang-kapat ang laki
- 3 ulo baby bok choy, gupitin sa laki ng kagat
- 1 sibuyas ng bawang, tinadtad

MGA TAGUBILIN:

a) Sa isang medium na mangkok, paghaluin ang puti ng itlog, rice wine, cornstarch, sesame oil, at light soy. Idagdag ang isda sa pag-atsara, at haluin upang mabalot. I-marinate ng 10 minuto.

b) Init ang isang kawali sa katamtamang init hanggang sa sumirit ang isang patak ng tubig at sumingaw kapag nadikit. Ibuhos ang 2 kutsarang langis ng gulay at paikutin upang mabalutan ang base ng wok. Timplahan ang mantika sa pamamagitan ng pagdaragdag ng isang maliit na pakurot ng asin, at paikutin nang malumanay.

c) Gamit ang isang slotted na kutsara, iangat ang isda mula sa marinade at igisa sa kawali nang humigit-kumulang 2 minuto sa bawat panig, hanggang sa bahagyang kayumanggi sa magkabilang panig. Ilipat ang isda sa isang plato at itabi.

d) Idagdag ang natitirang 2 tablespoons ng vegetable oil sa wok. Magdagdag ng isa pang pakurot ng asin at luya at timplahan ng mantika, dahan-dahang iikot sa loob ng 30 segundo. Idagdag ang bok choy at bawang at igisa sa loob ng 3 hanggang 4 na minuto, patuloy na paghahagis, hanggang sa lumambot ang bok choy.

e) Ibalik ang isda sa wok at dahan-dahang ihalo kasama ang bok choy hanggang sa pagsamahin. Timplahan nang bahagya ng isa pang pakurot ng asin. Ilipat sa isang pinggan, itapon ang luya, at ihain kaagad.

62. Tahong sa Black Bean Sauce

MGA INGREDIENTS:
- 3 kutsarang langis ng gulay
- 2 binalatan na sariwang hiwa ng luya, bawat isa ay halos isang-kapat ang laki
- Kosher na asin
- 2 scallions, gupitin sa 2-pulgada ang haba
- 4 malalaking sibuyas ng bawang, hiniwa nang manipis
- 2 pounds live na PEI mussels, kinuskos at inalis ang balbas
- 2 kutsarang Shaoxing rice wine
- 2 kutsarang Black Bean Sauce o black bean sauce na binili sa tindahan
- 2 kutsarita ng sesame oil
- ½ bungkos ng sariwang cilantro, tinadtad nang magaspang

MGA TAGUBILIN:

a) Init ang isang kawali sa katamtamang init hanggang sa sumirit ang isang patak ng tubig at sumingaw kapag nadikit. Ibuhos ang langis ng gulay at paikutin upang mabalot ang base ng wok. Timplahan ang mantika sa pamamagitan ng pagdaragdag ng mga hiwa ng luya at isang maliit na pakurot ng asin. Hayaang sumirit ang luya sa mantika sa loob ng mga 30 segundo, dahan-dahang umiikot.

b) Ihagis ang scallions at bawang at iprito sa loob ng 10 segundo, o hanggang malanta ang scallion.

c) Idagdag ang mussels at ihagis upang malagyan ng mantika. Ibuhos ang rice wine sa mga gilid ng wok at ihagis sandali. Takpan at pasingawan ng 6 hanggang 8 minuto, hanggang mabuksan ang mga tahong.

d) Alisan ng takip at idagdag ang black bean sauce, ihagis upang mabalutan ang mga tahong. Takpan at hayaan ang singaw para sa isa pang 2 minuto. Alisan ng takip at pilitin, alisin ang anumang tahong na hindi nabuksan.

e) Budburan ng sesame oil ang mga tahong. Ihagis sandali hanggang sa mabango ang sesame oil. Itapon ang luya, ilipat ang mga tahong sa isang pinggan, at palamutihan ng cilantro.

63. Deep-Fried Oysters na may Chili-Garlic Confetti

MGA INGREDIENTS:
- 1 (16-ounce) na lalagyan ng maliliit na shucked oyster
- ½ tasang harina ng bigas
- ½ tasang all-purpose na harina, hinati
- ½ kutsarita ng baking powder
- Kosher na asin
- Giiling na puting paminta
- ¼ kutsarita ng sibuyas na pulbos
- ¾ tasa ng sparkling na tubig, pinalamig
- 1 kutsarita ng sesame oil
- 3 tasa ng langis ng gulay
- 3 malalaking sibuyas ng bawang, hiniwa nang manipis
- 1 maliit na pulang sili, pinong tinadtad
- 1 maliit na berdeng sili, pinong tinadtad
- 1 scallion, hiniwa ng manipis

MGA TAGUBILIN:

a) Sa isang mangkok ng paghahalo, paghaluin ang harina ng bigas, ¼ tasa ng all-purpose na harina, baking powder, isang kurot bawat isa ng asin at puting paminta, at pulbos ng sibuyas. Idagdag ang sparkling water at sesame oil, haluin hanggang makinis, at itabi.

b) Sa isang kawali, painitin ang langis ng gulay sa katamtamang init hanggang 375°F, o hanggang sa ito ay bula at sumirit sa dulo ng isang kahoy na kutsara.

c) Blot ang mga talaba gamit ang isang tuwalya ng papel at i-dredge sa natitirang ¼ tasa ng all-purpose na harina. Isa-isang isawsaw ang oysters sa batter ng rice flour at maingat na ibaba sa mainit na mantika.

d) Iprito ang mga talaba sa loob ng 3 hanggang 4 na minuto, o hanggang sa ginintuang kayumanggi. Ilipat sa isang wire cooling rack na nilagyan sa isang baking sheet para maubos. Budburan nang bahagya ng asin.

e) Ibalik ang temperatura ng langis sa 375°F at iprito ang bawang at sili saglit hanggang sa malutong ngunit maliwanag pa rin ang kulay, mga 45 segundo. Gamit ang isang wire skimmer, ilabas ang mantika at ilagay sa isang platong may linyang papel na may linya ng tuwalya.

f) Ayusin ang mga talaba sa isang pinggan at iwiwisik ang bawang at sili. Palamutihan ng hiniwang scallion at ihain kaagad.

GULAY SIR-FRIES

64. Pinirito na Snow Peas

MGA INGREDIENTS:
- 2 kutsarang langis ng gulay
- 2 binalatan na sariwang hiwa ng luya, bawat isa ay halos isang-kapat ang laki
- Kosher na asin
- ¾ pound snow peas o sugar snap peas, tinanggal ang mga string

MGA TAGUBILIN:

a)   Init ang isang kawali sa katamtamang init hanggang sa sumirit ang isang patak ng tubig at sumingaw kapag nadikit. Ibuhos ang mantika at paikutin upang mabalutan ang base ng wok. Timplahan ang mantika sa pamamagitan ng pagdaragdag ng hiwa ng luya at isang pakurot ng asin. Hayaang sumirit ang luya sa mantika sa loob ng mga 30 segundo, dahan-dahang umiikot.

b)   Idagdag ang mga gisantes ng niyebe at, gamit ang isang wok spatula, ihagis upang pahiran ng mantika. Haluin sa loob ng 2 hanggang 3 minuto, hanggang sa maliwanag na berde at malutong na malambot.

c)   Ilipat sa isang pinggan at itapon ang luya. Ihain nang mainit.

65. Stir-Fried Spinach na may Bawang at Soy Sauce

MGA INGREDIENTS:
- 1 kutsarang light soy sauce
- 1 kutsarita ng asukal
- 2 kutsarang langis ng gulay
- 4 na sibuyas ng bawang, hiniwa ng manipis
- Kosher na asin
- 8 ounces pre-washed baby spinach

MGA TAGUBILIN:

a) Sa isang maliit na mangkok, haluin ang light soy at asukal hanggang sa matunaw ang asukal at itabi.

b) Init ang isang kawali sa katamtamang init hanggang sa sumirit ang isang patak ng tubig at sumingaw kapag nadikit. Ibuhos ang mantika at paikutin upang mabalutan ang base ng wok. Magdagdag ng bawang at isang pakurot ng asin at ihalo, ihalo hanggang sa mabango ang bawang, mga 10 segundo. Gamit ang slotted na kutsara, alisin ang bawang sa kawali at itabi.

c) Idagdag ang spinach sa tinimplahan na mantika at iprito hanggang ang mga gulay ay malanta lamang at matingkad na berde. Idagdag ang asukal at toyo na pinaghalong at ihalo sa amerikana. Ibalik ang bawang sa kawali at ihagis upang maisama. Ilipat sa isang ulam at ihain.

66. Spicy Stir-Fried Napa Cabbage

MGA INGREDIENTS:
- 2 kutsarang langis ng gulay
- 3 o 4 na pinatuyong sili
- 2 binalatan na sariwang hiwa ng luya, bawat isa ay halos isang-kapat ang laki
- Kosher na asin
- 2 sibuyas ng bawang, hiniwa
- 1 ulo napa repolyo, ginutay-gutay
- 1 kutsarang light soy sauce
- ½ kutsarang itim na suka
- Bagong giniling na itim na paminta

MGA TAGUBILIN:

a) Init ang isang wok sa medium-high heat. Ibuhos ang mantika at Idagdag ang mga sili. Hayaang uminit ang mga sili sa mantika sa loob ng 15 segundo. Idagdag ang hiwa ng luya at isang pakurot ng asin. Ihagis ang bawang at iprito saglit upang matikman ang mantika, mga 10 segundo. Huwag hayaang kayumanggi o masunog ang bawang.

b) Idagdag ang repolyo at iprito hanggang malanta at maging matingkad na berde, mga 4 na minuto. Idagdag ang light soy at black vinegar at timplahan ng asin at paminta ang bawat isa. Ihagis sa coat para sa isa pang 20 hanggang 30 segundo.

c) Ilipat sa isang pinggan at itapon ang luya. Ihain nang mainit.

67. Stir-Fried Lettuce na may Oyster Sauce

MGA INGREDIENTS:
- 1½ kutsarang langis ng gulay
- 1 binalatan na sariwang hiwa ng luya, halos isang-kapat ang laki
- Kosher na asin
- 2 sibuyas ng bawang, hiniwa ng manipis
- 1 ulo ng iceberg lettuce, binanlawan at tuyo, gupitin sa 1 pulgadang lapad
- 2 kutsarang oyster sauce
- ½ kutsarita ng sesame oil, para sa dekorasyon

MGA TAGUBILIN:

a) Init ang isang kawali sa katamtamang init hanggang sa sumirit ang isang patak ng tubig at sumingaw kapag nadikit. Idagdag ang langis ng gulay at paikutin upang mabalutan ang base ng wok. Timplahan ang mantika sa pamamagitan ng pagdaragdag ng hiwa ng luya at isang pakurot ng asin. Hayaang sumirit ang luya sa mantika sa loob ng mga 30 segundo, dahan-dahang umiikot.

b) Idagdag ang bawang at igisa sandali para matikman ang mantika, mga 10 segundo. Huwag hayaang kayumanggi o masunog ang bawang. Idagdag ang lettuce at iprito hanggang sa bahagyang malanta, 3 hanggang 4 na minuto. Ibuhos ang oyster sauce sa ibabaw ng lettuce at mabilis na ihalo, isa pang 20 hanggang 30 segundo.

68. Pinirito na Sesame Asparagus

MGA INGREDIENTS:
- 2 kutsarang light soy sauce
- 1 kutsarita ng asukal
- 1 kutsarang langis ng gulay
- 2 malalaking sibuyas ng bawang, tinadtad nang magaspang
- 2 pounds' asparagus, pinutol at hiniwa pahilis sa 2-pulgadang haba na mga piraso
- Kosher na asin
- 2 kutsarang sesame oil
- 1 kutsarang toasted sesame seeds

MGA TAGUBILIN:

a) Sa isang maliit na mangkok, haluin ang light soy at asukal hanggang sa matunaw ang asukal. Itabi.

b) Init ang isang kawali sa katamtamang init hanggang sa sumirit ang isang patak ng tubig at sumingaw kapag nadikit. Ibuhos ang langis ng gulay at paikutin upang mabalot ang base ng wok. Idagdag ang bawang at iprito hanggang mabango, mga 10 segundo.

c) Idagdag ang asparagus at ihalo. Idagdag ang pinaghalong toyo at ihagis upang mabalutan ang asparagus, lutuin ng mga 1 minuto pa.

d) Ibuhos ang sesame oil sa asparagus at ilipat sa isang serving bowl. Palamutihan ng sesame seeds at ihain nang mainit.

69. Tomato Egg Stir-Fry

MGA INGREDIENTS:
- 4 malalaking itlog, sa temperatura ng kuwarto
- 1 kutsarita ng Shaoxing rice wine
- ½ kutsarita ng sesame oil
- ½ kutsarita ng kosher na asin
- Bagong giniling na itim na paminta
- 3 tablespoons langis ng gulay, hinati
- 2 binalatan na sariwang hiwa ng luya, bawat isa ay halos isang-kapat ang laki
- 1-pound grape o cherry tomatoes
- 1 kutsarita ng asukal
- Lutong kanin o noodles, para ihain

MGA TAGUBILIN:

a) Sa isang malaking mangkok, haluin ang mga itlog. Idagdag ang rice wine, sesame oil, asin, at isang kurot ng paminta at ipagpatuloy ang paghahalo hanggang sa pagsamahin.

b) Init ang isang kawali sa katamtamang init hanggang sa sumirit ang isang patak ng tubig at sumingaw kapag nadikit. Ibuhos ang 2 kutsarang langis ng gulay at paikutin upang mabalutan ang base ng wok. Paikutin ang pinaghalong itlog sa mainit na kawali. Paikutin at kalugin ang mga itlog para maluto. Ilipat ang mga itlog sa isang serving plate kapag luto lang ngunit hindi tuyo. Tent na may foil para manatiling mainit.

c) Idagdag ang natitirang 1 kutsara ng langis ng gulay sa wok. Timplahan ang mantika sa pamamagitan ng pagdaragdag ng luya at isang pakurot ng asin. Hayaang sumirit ang luya sa mantika sa loob ng mga 30 segundo, dahan-dahang umiikot.

d) Ihagis ang mga kamatis at asukal, haluin para malagyan ng mantika. Takpan at lutuin ng mga 5 minuto, paminsan-minsang pagpapakilos, hanggang sa lumambot ang mga kamatis at lumabas ang kanilang katas. Itapon ang hiwa ng luya at timplahan ng asin at paminta ang mga kamatis.

e) Sandok ang mga kamatis sa ibabaw ng mga itlog, at ihain sa ibabaw ng nilutong kanin o noodles.

70. Stir-Fried Broccoli at Bamboo Shoots

MGA INGREDIENTS:
- 2 kutsarang langis ng gulay
- 1 binalatan na sariwang hiwa ng luya, halos isang-kapat ang laki
- 4 na tasa ng broccoli florets
- 2 kutsarang tubig
- 2 sibuyas ng bawang, tinadtad
- 1 (8-onsa) lata na hiniwa-hiwa na mga usbong ng kawayan, binanlawan at pinatuyo
- 1 kutsarang light soy sauce
- 1 kutsarita ng sesame oil
- 2 kutsarang toasted sesame seeds

MGA TAGUBILIN:

a) Init ang isang wok sa medium-high heat. Ibuhos ang langis ng gulay at idagdag ang hiwa ng luya at isang pakurot ng asin.

b) Idagdag ang broccoli at ihalo sa loob ng 2 minuto hanggang maging maliwanag na berde. Idagdag ang tubig at takpan ang kawali ng 2 minuto para singaw ang broccoli.

c) Alisin ang takip, idagdag ang bawang, at ipagpatuloy ang pagprito sa loob ng 30 segundo. Haluin ang bamboo shoots at ipagpatuloy ang pagprito para sa karagdagang 30 segundo.

d) Haluin ang light soy at sesame oil. Alisin ang luya at itapon. Ihain sa isang pinainit na pinggan at palamutihan ng mga buto ng linga.

71. Dry-Fried String Beans

MGA INGREDIENTS:
- 1 kutsarang light soy sauce
- 1 kutsarang tinadtad na bawang
- 1 kutsarang doubanjiang (Chinese chili bean paste)
- 2 kutsarita ng asukal
- 1 kutsarita ng sesame oil
- Kosher na asin
- ½ tasa ng langis ng gulay
- 1 pound green beans, pinutol, hiniwa sa kalahati, at pinatuyo

MGA TAGUBILIN:

a) Sa isang maliit na mangkok, haluin ang light soy, bawang, bean paste, asukal, sesame oil, at isang pakurot ng asin. Itabi.

b) Sa isang kawali, initin ang langis ng gulay sa katamtamang init. Iprito ang beans. Dahan-dahang iikot ang beans sa mantika hanggang sa lumitaw ang mga ito na kulubot.

c) Kapag naluto na ang lahat ng beans, maingat na ilipat ang natitirang mantika sa lalagyan na hindi tinatablan ng init. Gumamit ng isang pares ng sipit na may isang pares ng mga tuwalya ng papel upang punasan at linisin ang wok.

d) Ibalik ang wok sa mataas na init at magdagdag ng 1 kutsara ng nakareserbang mantika sa pagprito. Idagdag ang green beans at chili sauce, haluin hanggang sa kumulo ang sarsa at malagyan ang green beans. Ilipat ang beans sa isang platter at ihain nang mainit.

72. Inihaw na Bok Choy at Mushrooms

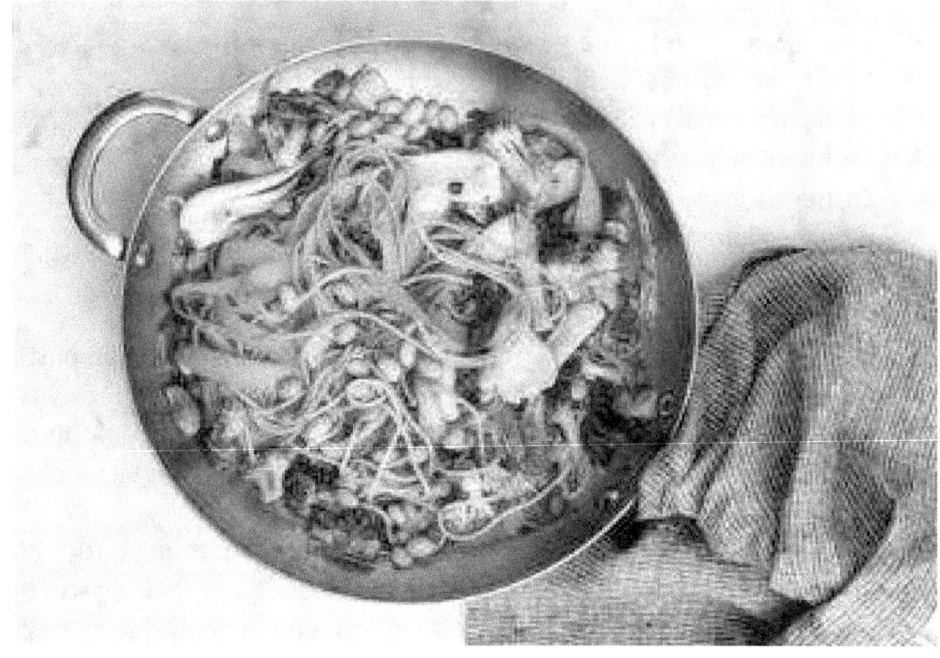

MGA INGREDIENTS:
- 3 kutsarang langis ng gulay
- 1 binalatan na sariwang hiwa ng luya, halos isang-kapat ang laki
- ½ libra sariwang shiitake mushroom
- 2 sibuyas ng bawang, tinadtad
- 1½ pounds na baby bok choy, hiniwang crosswise sa 1-inch na piraso
- 2 kutsarang Shaoxing rice wine
- 2 kutsarita ng light soy sauce
- 2 kutsarita ng sesame oil

MGA TAGUBILIN:

a) Init ang isang wok sa medium-high heat. Ibuhos ang langis ng gulay at paikutin upang mabalot ang base ng wok. Idagdag ang hiwa ng luya at isang pakurot ng asin.

b) Idagdag ang mga mushroom at iprito sa loob ng 3 hanggang 4 na minuto, hanggang sa magsimula silang mag-brown. Idagdag ang bawang at iprito hanggang mabango, mga 30 segundo pa.

c) Idagdag ang bok choy at ihalo kasama ang mga kabute. Idagdag ang rice wine, light soy, at sesame oil. Magluto ng 3 hanggang 4 na minuto, patuloy na inihahagis ang mga gulay hanggang sa lumambot.

d) Ilipat ang mga gulay sa isang serving platter, itapon ang luya, at ihain nang mainit.

73. Pinirito na Mushroom at Squash

MGA INGREDIENTS:
- Maliit na dakot (mga ⅓ tasa) tuyong wood ear mushroom
- 8 pinatuyong shiitake mushroom
- 2 kutsarang light soy sauce
- 2 kutsarita ng asukal
- 1 kutsarita ng sesame oil
- 2 kutsarang langis ng gulay
- 2 binalatan na sariwang hiwa ng luya, bawat isa ay halos isang-kapat ang laki
- Kosher na asin
- 1 delicata squash, hinati, pinagbinhan, at hiniwa sa laki ng kagat
- 2 kutsarang Shaoxing rice wine
- 1 tasa ng sugar snap peas, tinanggal ang mga string
- 1 (8-onsa) na lata ng tubig sa mga kastanyas, binanlawan at pinatuyo
- Bagong giniling na itim na paminta

MGA TAGUBILIN:

a) Ibabad ang parehong tuyong kabute sa magkahiwalay na mangkok na natatakpan lamang ng mainit na tubig hanggang malambot, mga 20 minuto. Patuyuin at itapon ang kahoy na likidong nagbabad sa tainga. Patuyuin at itabi ang ½ tasa ng likidong shiitake. Sa mushroom liquid idagdag ang light soy, sugar, at sesame oil at haluin para matunaw ang asukal. Itabi.

b) Init ang isang kawali sa katamtamang init hanggang sa sumirit ang isang patak ng tubig at sumingaw kapag nadikit. Ibuhos ang langis ng gulay at paikutin upang mabalot ang base ng wok. Timplahan ang mantika sa pamamagitan ng pagdaragdag ng hiwa ng luya at isang pakurot ng asin. Hayaang sumirit ang luya sa mantika sa loob ng mga 30 segundo, dahan-dahang umiikot.

c) Idagdag ang kalabasa at iprito, ihalo sa tinimplahan na mantika ng mga 3 minuto. Idagdag ang parehong mushroom at ang rice wine at ipagpatuloy ang paghalo sa loob ng 30 segundo. Idagdag ang mga gisantes ng niyebe at mga kastanyas ng tubig, ihagis upang pahiran ng mantika. Idagdag ang nakareserbang mushroom seasoning liquid at takpan. Ipagpatuloy ang pagluluto, pagpapakilos paminsan-minsan, hanggang sa malambot lamang ang mga gulay, mga 5 minuto.

d) Alisin ang takip at timplahan ng asin at paminta ayon sa panlasa. Itapon ang luya at ihain.

74. Pinaghalo ng Gulay na Medley

MGA INGREDIENTS:
- 3 kutsarang langis ng gulay
- 1 binalatan na sariwang hiwa ng luya, halos isang-kapat ang laki
- Kosher na asin
- ½ puting sibuyas, gupitin sa 1 pulgadang piraso
- 1 malaking karot, binalatan at gupitin nang pahilis
- 2 tadyang ng kintsay, gupitin nang pahilis sa ¼-pulgada ang kapal na hiwa
- 6 sariwang shiitake mushroom
- 1 pulang kampanilya paminta, gupitin sa 1 pulgadang piraso
- 1 maliit na dakot na green beans, pinutol
- 2 sibuyas ng bawang, pinong tinadtad
- 2 scallions, hiniwa ng manipis

MGA TAGUBILIN:

a) Init ang isang kawali sa katamtamang init hanggang sa sumirit ang isang patak ng tubig at sumingaw kapag nadikit. Ibuhos ang mantika at paikutin upang mabalutan ang base ng wok. Timplahan ang mantika sa pamamagitan ng pagdaragdag ng hiwa ng luya at isang pakurot ng asin. Hayaang sumingit sa mantika ng mga 30 segundo, paikutin nang marahan.

b) Idagdag ang sibuyas, karot, at kintsay sa wok at iprito, mabilis na inilipat ang mga gulay sa wok gamit ang isang spatula. Kapag ang mga gulay ay nagsimulang magmukhang malambot, mga 4 na minuto, idagdag ang mga kabute at ipagpatuloy ang paghahagis sa kanila sa mainit na kawali.

c) Kapag ang mga mushroom ay mukhang malambot, idagdag ang kampanilya paminta at ipagpatuloy ang paghagis, mga 4 pang minuto. Kapag nagsimulang lumambot ang bell peppers, idagdag ang green beans at ihagis hanggang lumambot, mga 3 minuto pa. Idagdag ang bawang at ihalo hanggang mabango.

d) Ilipat sa isang pinggan, itapon ang luya, at palamutihan ng mga scallion. Ihain nang mainit.

TOFU

75.Ma Po Tofu

MGA INGREDIENTS:
- ½ libra ng giniling na baboy
- 2 kutsarang Shaoxing rice wine
- 2 kutsarita ng light soy sauce
- 1 kutsarita binalatan ng pinong tinadtad na sariwang luya
- 2 kutsarita ng gawgaw
- 1½ kutsarang tubig
- 2 kutsarang langis ng gulay
- 1 kutsarang Sichuan peppercorns, dinurog
- 3 kutsarang doubanjiang (Chinese chili bean paste)
- 4 scallions, hiniwa ng manipis, hinati
- 1 kutsarita ng langis ng sili
- 1 kutsarita ng asukal
- ½ kutsarita Chinese five spice powder
- 1-pound medium tofu, pinatuyo at gupitin sa ½-inch cubes
- 1½ tasang low-sodium na sabaw ng manok
- Kosher na asin
- 1 kutsarang tinadtad na sariwang dahon ng cilantro, para sa dekorasyon

MGA TAGUBILIN:

a) Sa isang maliit na mangkok, paghaluin ang giniling na baboy, rice wine, light soy, at luya. Itabi. Sa isa pang maliit na mangkok, paghaluin ang cornstarch kasama ng tubig. Itabi.

b) Init ang isang kawali sa medium-high heat at ibuhos ang langis ng gulay. Idagdag ang Sichuan peppercorns at igisa nang dahan-dahan hanggang sa magsimulang kumulo habang umiinit ang mantika.

c) Idagdag ang adobong baboy at bean paste at iprito sa loob ng 4 hanggang 5 minuto, hanggang sa maging kayumanggi at gumuho ang baboy. Idagdag ang kalahati ng scallions, ang chili oil, asukal, at limang spice powder. Ipagpatuloy ang pag-stir-fry para sa isa pang 30 segundo, o hanggang sa matuyo ang mga scallion.

d) Ikalat ang tofu cubes sa ibabaw ng baboy at ibuhos ang sabaw. Huwag pukawin; hayaang maluto at matigas muna ng kaunti ang tokwa. Takpan at kumulo ng 15 minuto sa katamtamang init. Alisan ng takip at haluing malumanay. Mag-ingat na huwag masyadong masira ang tofu cubes.

e) Tikman at magdagdag ng asin o asukal, depende sa iyong kagustuhan. Ang karagdagang asukal ay maaaring huminahon sa maanghang kung ito ay masyadong mainit. Haluin muli ang cornstarch at tubig at idagdag sa tofu. Dahan-dahang haluin hanggang lumapot ang sauce.

f) Palamutihan ng natitirang scallion at cilantro at ihain nang mainit.

76. Hunan-Style Tofu

MGA INGREDIENTS:
- 1 kutsarita ng gawgaw
- 1 kutsarang tubig
- 4 tablespoons gulay o canola langis, hinati
- Kosher na asin
- 1-pound firm na tofu, pinatuyo at gupitin sa mga parisukat na ½ pulgada ang kapal, 2 pulgada ang lapad
- 3 kutsarang fermented black beans, banlawan at durugin
- 2 kutsarang doubanjiang (Chinese chili bean paste)
- 1-inch piraso sariwang luya, binalatan at pinong tinadtad
- 3 sibuyas ng bawang, pinong tinadtad
- 1 malaking pulang paminta, gupitin sa 1 pulgadang piraso
- 4 scallions, gupitin sa 2-pulgada na mga seksyon
- 1 kutsarang Shaoxing rice wine
- 1 kutsarita ng asukal
- ¼ tasang low-sodium na sabaw ng manok o gulay

MGA TAGUBILIN:

a) Sa isang maliit na mangkok, haluin ang cornstarch at tubig at itabi.

b) Init ang isang kawali sa katamtamang init hanggang sa sumirit ang isang patak ng tubig at sumingaw kapag nadikit. Ibuhos ang 2 kutsarang mantika at paikutin para mabalot ang base at gilid ng wok. Magdagdag ng isang pakurot ng asin at ayusin ang mga hiwa ng tofu sa wok sa isang layer. I-sear ang tofu sa loob ng 1 hanggang 2 minuto, ikiling ang wok sa paligid upang madulas ang mantika sa ilalim ng tofu habang ito ay umuusok. Kapag ang unang bahagi ay browned, gamit ang isang wok spatula, maingat na i-flip ang tofu at igisa para sa isa pang 1 hanggang 2 minuto hanggang sa ginintuang kayumanggi. Ilipat ang seared tofu sa isang plato at itabi.

c) Ibaba ang init sa medium-low. Idagdag ang natitirang 2 kutsarang mantika sa kawali. Sa sandaling magsimulang umusok ang mantika, idagdag ang black beans, bean paste, luya, at bawang. Igisa sa loob ng 20 segundo, o hanggang ang mantika ay kumuha ng malalim na pulang kulay mula sa bean paste.

d) Idagdag ang bell pepper at scallions at ihagis ang Shaoxing wine at asukal. Magluto para sa isa pang minuto, o hanggang sa ang alak ay halos sumingaw at ang kampanilya paminta ay malambot.

e) Dahan-dahang tiklupin ang piniritong tokwa hanggang sa pagsamahin ang lahat ng sangkap sa kawali. Magpatuloy sa pagluluto ng 45 segundo pa, o hanggang sa ang tofu ay maging malalim na pulang kulay at ang mga scallion ay nalanta.

f) Ibuhos ang sabaw ng manok sa pinaghalong tofu at dahan-dahang haluin upang matunaw ang wok at matunaw ang alinman sa mga dumikit na piraso sa wok. Bigyan ng mabilis na halo ang cornstarch-water mixture at idagdag sa wok. Dahan-dahang haluin at kumulo sa loob ng 2 minuto, o hanggang sa maging makintab at makapal ang sarsa. Ihain nang mainit.

77. Talong at Tofu sa Sizzling Garlic Sauce

MGA INGREDIENTS:
- 6 tasa ng tubig kasama ang 1 kutsara, hinati
- 1 kutsarang kosher salt
- 3 mahabang Chinese eggplants (mga ¾ pound), pinutol at hiniwa pahilis sa 1-pulgadang piraso
- 1½ kutsarang gawgaw, hinati
- 1 kutsarang light soy sauce
- 2 kutsarita ng asukal
- ½ kutsarita maitim na toyo
- 3 tablespoons langis ng gulay, hinati
- 3 sibuyas ng bawang, tinadtad
- 1 kutsarita binalatan tinadtad na sariwang luya
- ½ pound firm tofu, gupitin sa ½-inch cubes

MGA TAGUBILIN:

a) Sa isang malaking mangkok, pagsamahin ang 6 na tasa ng tubig at asin. Haluin sandali para matunaw ang asin at idagdag ang mga piraso ng talong. Maglagay ng malaking takip ng palayok sa ibabaw upang panatilihing nakalubog ang talong sa tubig at hayaang umupo ng 15 minuto. Alisan ng tubig ang talong at patuyuin ng mga tuwalya ng papel. Ihagis ang talong sa isang mangkok na may dusting ng cornstarch, mga 1 kutsara.

b) Sa isang maliit na mangkok, haluin ang natitirang ½ kutsarang gawgaw na may natitirang 1 kutsarang tubig, light soy, asukal, at dark soy. Itabi.

c) Init ang isang kawali sa katamtamang init hanggang sa sumirit ang isang patak ng tubig at sumingaw kapag nadikit. Ibuhos ang 2 kutsarang mantika at paikutin upang mabalutan ang base ng wok at pataas ang mga gilid nito. Ayusin ang talong sa isang layer sa wok.

d) Igisa ang talong sa bawat panig, mga 4 minuto bawat panig. Ang talong ay dapat na bahagyang nasunog at ginintuang kayumanggi. Ibaba ang init sa katamtaman kung ang wok ay nagsisimulang umusok. Ilipat ang talong sa isang mangkok at ibalik ang wok sa init.

e) Idagdag ang natitirang 1 kutsara ng mantika at iprito ang bawang at luya hanggang sa mabango at kumukulo, mga 10 segundo. Idagdag ang tofu at iprito ng 2 minuto pa, pagkatapos ay ibalik ang talong sa kawali. Haluin muli ang sarsa at ibuhos sa kawali, paghaluin ang lahat ng sangkap hanggang sa lumapot ang sarsa sa isang madilim, makintab na pagkakapare-pareho.

f) Ilipat ang talong at tofu sa isang pinggan at ihain nang mainit.

SABAW

78. Egg Drop Soup

MGA INGREDIENTS:
- 2 (14.5 Onsa) Latang Sabaw ng Manok
- 1 Kutsarita ng Cornstarch
- 1 Itlog, Bahagyang Pinalo
- 2 kutsarang tinadtad na berdeng sibuyas

MGA TAGUBILIN:

a) Sa isang kasirola magdagdag ng cornstarch at sabaw ng manok, haluing mabuti sa medium heat.

b) Ngayon ibuhos ang pinalo na mga itlog sa kasirola sa pamamagitan ng patuloy na paghahalo.

c) Ilipat sa mga serving bowl at itaas na may berdeng mga sibuyas.

79.Sabaw ng coconut curry noodle

MGA INGREDIENTS:
- 2 kutsarang mantika
- 3 sibuyas ng bawang, tinadtad
- 1 kutsarang sariwang luya, gadgad
- 3 kutsarang Thai red curry paste
- 8 ounces na walang buto na dibdib ng manok o hita, hiniwa
- 4 tasang sabaw ng manok
- 1 tasang tubig
- 2 kutsarang patis
- ⅔ tasa ng gata ng niyog
- 6 ounces tuyong bigas pansit bigas
- 1 kalamansi, tinadtad

MGA TAGUBILIN:
a) Hiniwang pulang sibuyas, pulang sili, cilantro, scallion para palamuti
b) Sa isang malaking kaldero sa katamtamang init, idagdag ang mantika, bawang, luya, at Thai red curry paste. Magprito ng 5 minuto, hanggang mabango.
c) Idagdag ang manok at lutuin ng ilang minuto, hanggang sa maging malabo ang manok.
d) Ilagay ang sabaw ng manok, tubig, patis, at gata ng niyog. Pakuluan.
e) Sa puntong ito, tikman ang sabaw para sa asin at ayusin ang pampalasa nang naaayon.
f) Ibuhos ang kumukulong sopas sa mga tuyong bihon na bihon sa iyong mga mangkok, magdagdag ng isang piga ng katas ng kalamansi at iyong mga palamuti, at ihain. Ang noodles ay handa nang kainin sa loob ng ilang minuto.

80. Spicy beef noodle soup

MGA INGREDIENTS:
- 16 tasang malamig na tubig
- 6 hiwa ng luya
- 3 scallions, hugasan at gupitin sa kalahati
- ¼ tasa ng Shaoxing wine
- 3 lbs. beef chuck, gupitin sa 1½ pulgadang tipak
- 3 kutsarang mantika
- 1 hanggang 2 kutsarang Sichuan peppercorns
- 2 ulo ng bawang, binalatan
- 1 malaking sibuyas, gupitin sa mga piraso
- 5-star anis
- 4 dahon ng bay
- ¼ tasa ng spicy bean paste
- 1 malaking kamatis, gupitin sa maliliit na piraso
- ½ tasang light soy sauce
- 1 kutsarang asukal
- 1 malaking piraso ng pinatuyong balat ng tangerine
- sariwa o pinatuyong wheat noodles na gusto mo
- Tinadtad na scallion at cilantro, para palamuti

MGA TAGUBILIN:

a) Init ang mantika sa isa pang stock pot o malaking wok sa katamtamang mababang init, at idagdag ang Sichuan peppercorns, bawang cloves, sibuyas, star anise at bay leaves. Lutuin hanggang sa lumambot ang mga sibuyas ng bawang at sibuyas (mga 5 - 10 minuto). Haluin ang spicy bean paste.

b) Pagkatapos ay idagdag ang mga kamatis at lutuin ng dalawang minuto. Panghuli, haluin ang magaan na toyo at asukal. Patayin ang init.

c) Ngayon, i-scoop natin ang beef, luya, at scallion mula sa 1st pot at ilipat ang mga ito sa 2nd pot. Pagkatapos, ibuhos ang stock sa pamamagitan ng isang fine mesh strainer. Ilagay ang palayok sa mataas na apoy, at idagdag ang balat ng tangerine. Takpan at pakuluan ang sabaw. Agad na bawasan ang apoy sa isang kumulo, at lutuin ng 60-90 minuto.

d) Pagkatapos kumulo, patayin ang apoy, ngunit panatilihing nakabukas ang takip, at hayaang maupo ang kaldero sa kalan (na patay ang init) para sa isa pang buong oras upang hayaang maghalo ang mga lasa. Tapos na ang iyong soup base. Tandaan na pakuluan muli ang base ng sopas bago ihain.

81. Yellow Egg drop na sopas

MGA INGREDIENTS:
- 4 na tasang organic na stock ng manok
- ½ kutsarita ng sesame oil
- ½ kutsarita ng asin
- Kurot ng asukal
- Kurutin ang puting paminta
- 5 patak ng dilaw na pangkulay ng pagkain
- ¼ tasa ng gawgaw na hinaluan ng ½ tasang tubig
- 3 itlog, bahagyang pinalo
- 1 scallion, tinadtad

MGA TAGUBILIN:

a)   Dalhin ang stock ng manok sa isang simmer sa isang medium soup pot. Haluin ang sesame oil, asin, asukal, at puting paminta.

b)   Susunod na idagdag ang cornstarch slurry

c)   Hayaang kumulo ang sopas ng ilang minuto, pagkatapos ay tingnan kung ang pagkakapare-pareho ay ayon sa gusto mo.

d)   Ilagay ang sopas sa isang mangkok, itaas na may tinadtad na scallion, lagyan ng sesame oil sa ibabaw, at ihain!

82. Simpleng wonton soup

MGA INGREDIENTS:
- 10 ounces baby bok choy o katulad na berdeng gulay
- 1 tasang giniling na baboy
- 2½ kutsarang sesame oil
- Kurutin ang puting paminta
- 1 kutsarang tinimplahan ng toyo
- ½ kutsarita ng asin
- 1 kutsarang Shaoxing wine
- 1 pack ng wonton skin
- 6 tasa magandang stock ng manok
- 1 kutsarang sesame oil
- Puting paminta at asin sa panlasa
- 1 scallion, tinadtad

MGA TAGUBILIN:

a) Magsimula sa pamamagitan ng lubusang paghuhugas ng mga gulay. Pakuluan ang isang malaking palayok ng tubig at pakuluan ang mga gulay hanggang sa matuyo. Patuyuin at banlawan sa malamig na tubig. Kumuha ng magandang kumpol ng gulay at maingat na pisilin ang tubig hangga't maaari. Tinadtad nang napaka-pino ang mga gulay (maaari mo ring pabilisin ang proseso sa pamamagitan ng paghahagis sa mga ito sa food processor).

b) Sa katamtamang mangkok, idagdag ang pinong tinadtad na gulay, giniling na baboy, sesame oil, puting paminta, toyo, asin, at Shaoxing wine. Haluin nang lubusan hanggang sa ma-emulsify ang timpla—halos parang paste.

c) Ngayon ay oras na upang magtipon! Punan ang isang maliit na mangkok ng tubig. Kumuha ng wrapper at gamitin ang iyong daliri upang basain ang mga gilid ng wrapper. Magdagdag ng higit sa isang kutsarita ng pagpuno sa gitna. Tiklupin ang wrapper sa kalahati at pindutin ang dalawang panig nang magkasama upang makakuha ka ng isang matatag na selyo.

d) Hawakan ang dalawang sulok sa ibaba ng maliit na parihaba na ginawa mo at pagsamahin ang dalawang sulok. Maaari kang gumamit ng kaunting tubig upang matiyak na dumikit ang mga ito. At ayun na nga! Panatilihin ang pag-assemble hanggang sa mawala ang lahat ng pagpuno. Ilagay ang mga wonton sa isang baking sheet o plato na nilagyan ng parchment paper upang hindi dumikit.

e) Sa puntong ito, maaari mong takpan ng plastic wrap ang wonton, ilagay ang baking sheet/plate sa freezer, at ilipat ang mga ito sa mga Ziploc bag kapag na-freeze na ang mga ito. Mananatili sila sa loob ng ilang buwan sa freezer, at magiging handa para sa wonton soup kahit kailan mo gusto.

f) Upang gawin ang sopas, init ang iyong stock ng manok sa isang kumulo at magdagdag ng sesame oil, puting paminta, at asin.

g) Pakuluan ang isang hiwalay na palayok ng tubig. Maingat na idagdag ang mga wonton nang paisa-isa sa palayok. Haluin para hindi dumikit ang wonton sa ilalim. Kung sila ay dumikit, huwag mag-alala, dapat silang libre kapag sila ay luto na. Tapos na sila nang lumutang. Mag-ingat na huwag ma-overcook ang mga ito.

h) Alisin ang mga wonton gamit ang isang slotted na kutsara at ilagay ang mga ito sa mga mangkok. Ibuhos ang sopas sa mga wonton at palamutihan ng tinadtad na scallion. maglingkod!

83.Beef Noodle Soup

MGA INGREDIENTS:
- ¾ pound beef sirloin tip, hiniwa nang manipis sa buong butil
- 2 kutsarita ng baking soda
- 4 tablespoons Shaoxing rice wine, hinati
- 4 tablespoons light toyo, hinati
- 2 kutsarita ng gawgaw, hinati
- 1 kutsarita ng asukal
- Bagong giniling na itim na paminta
- 3 tablespoons langis ng gulay, hinati
- 2 kutsarita Chinese five spice powder
- 4 na binalatan na sariwang hiwa ng luya
- 2 sibuyas ng bawang, binalatan at durugin
- 4 tasang sabaw ng baka
- ½ pound dried Chinese noodles (anumang uri)
- 2 ulo ng baby bok choy, quartered
- 1 kutsarang Scallion-Ginger Oil

MGA TAGUBILIN:

a) Sa isang maliit na mangkok, ihalo ang karne ng baka na may baking soda at hayaan itong umupo ng 5 minuto. Banlawan ang karne ng baka at patuyuin ng mga tuwalya ng papel.

b) Sa isa pang mangkok, ihagis ang karne ng baka na may rice wine, light soy, cornstarch, asukal, asin at paminta. I-marinate.

c) Sa isang basong panukat, paghaluin ang natitirang 3 kutsara ng rice wine, 3 kutsarang light soy, at 1 kutsarita ng cornstarch at itabi.

d) Init ang isang kawali sa katamtamang init hanggang sa sumirit ang isang patak ng tubig at sumingaw kapag nadikit. Ibuhos ang 2 kutsarang langis ng gulay at paikutin upang mabalutan ang base ng wok. Idagdag ang karne ng baka at limang spice powder at lutuin ng 3 hanggang 4 na minuto, paminsan-minsan, paghahagis, hanggang sa bahagyang kayumanggi. Ilipat ang karne ng baka sa isang malinis na mangkok at itabi.

e) Punasan ang wok malinis at ibalik ito sa katamtamang init. Idagdag ang natitirang 1 kutsarang langis ng gulay at paikutin upang mabalot ang base ng wok. Idagdag ang luya, bawang, at isang pakurot ng asin upang lagyan ng timpla ang mantika. Hayaang uminit ang luya at bawang sa mantika nang mga 10 segundo, paikutin nang marahan.

f) Ibuhos ang pinaghalong toyo at pakuluan. Ibuhos ang sabaw at bumalik sa isang pigsa. Bawasan sa kumulo at ibalik ang karne ng baka sa kawali. Kumulo ng 10 minuto.

g) Samantala, pakuluan ang isang malaking palayok ng tubig sa sobrang init. Idagdag ang noodles at lutuin ayon sa mga tagubilin sa pakete. Gamit ang wok skimmer, i-scoop ang noodles at alisan ng tubig. Idagdag ang bok choy sa kumukulong tubig at lutuin ng 2 hanggang 3 minuto, hanggang sa matingkad na berde at lumambot. Kunin ang bok choy at ilagay sa isang mangkok. Gamit ang mga sipit, ihagis ang pansit na may mantika ng scallion-ginger para mabalutan. Hatiin ang noodles at bok choy sa mga soup bowl.

84. Mainit at maasim na sabaw

MGA INGREDIENTS:
- 4 na onsa na walang buto na loin ng baboy, gupitin sa ¼-pulgada ang kapal
- 1 kutsarang maitim na toyo
- 4 na tuyong shiitake mushroom
- 8 tuyong punong tainga mushroom
- 1½ kutsarang gawgaw
- ¼ tasa ng hindi napapanahong suka ng bigas
- 2 kutsarang light soy sauce
- 2 kutsarita ng asukal
- 1 kutsarita Langis ng Sili
- 1 kutsaritang giniling na puting paminta
- 2 kutsarang langis ng gulay
- 1 binalatan na sariwang hiwa ng luya, halos isang-kapat ang laki
- Kosher na asin
- 4 na tasang low-sodium na sabaw ng manok
- 4 ounces' firm tofu, banlawan at gupitin sa ¼-inch strips
- 1 malaking itlog, bahagyang pinalo
- 2 scallions, hiniwa ng manipis, para sa dekorasyon

MGA TAGUBILIN:
a) Sa isang mangkok, ihagis ang karne ng baboy at maitim na toyo upang mabalutan. Itabi.

b) Ilagay ang parehong mushroom sa isang mangkok na hindi tinatablan ng init at takpan ng tubig na kumukulo. Ibabad ang mga mushroom hanggang lumambot, mga 20 minuto. Ibuhos ang ¼ tasa ng tubig ng kabute sa isang basong panukat at itabi. Alisan ng tubig at itapon ang natitirang likido. Hatiin nang manipis ang mga shiitake mushroom at gupitin ang tree ear mushroom sa kasing laki ng mga piraso. Ibalik ang parehong mushroom sa soaking bowl at itabi.

c) Ihalo ang cornstarch sa nakareserbang mushroom liquid hanggang sa matunaw ang cornstarch. Haluin ang suka, light soy, asukal, langis ng sili, at puting paminta hanggang sa matunaw ang asukal. Itabi.

d) Init ang isang kawali sa katamtamang init hanggang sa sumirit ang isang patak ng tubig at sumingaw kapag nadikit. Ibuhos ang langis ng gulay at paikutin upang mabalot ang base ng wok. Timplahan ang mantika sa pamamagitan ng pagdaragdag ng luya at isang pakurot ng asin. Hayaang sumirit ang luya sa mantika sa loob ng mga 30 segundo, dahan-dahang umiikot.

e) Ilipat ang baboy sa kawali at iprito ng mga 3 minuto, hanggang sa hindi na pink ang baboy. Alisin ang luya at itapon. Idagdag ang sabaw at pakuluan. Bawasan sa kumulo at ihalo ang mga kabute. Haluin ang tofu at kumulo ng 2 minuto. Haluin ang pinaghalong cornstarch at ibalik ang init sa medium-high, haluin hanggang lumapot ang sopas, mga 30 segundo. Bawasan ang init sa isang kumulo.

f) Isawsaw ang isang tinidor sa pinalo na itlog at pagkatapos ay i-drag ito sa sabaw, malumanay na hinahalo habang ikaw ay lumalakad.

85. Egg Drop Soup

MGA INGREDIENTS:
- 4 na tasang low-sodium na sabaw ng manok
- 2 binalatan na sariwang hiwa ng luya
- 2 sibuyas ng bawang, binalatan
- 2 kutsarita ng light soy sauce
- 2 kutsarang gawgaw
- 3 kutsarang tubig
- 2 malalaking itlog, bahagyang pinalo
- 1 kutsarita ng sesame oil
- 2 scallions, hiniwa ng manipis, para sa dekorasyon

MGA TAGUBILIN:

a) Sa isang wok o soup pot, pagsamahin ang sabaw, luya, bawang, at light soy at pakuluan. Bawasan sa kumulo at lutuin ng 5 minuto. Alisin at itapon ang luya at bawang.

b) Sa isang maliit na mangkok, ihalo ang gawgaw at tubig at ihalo ang timpla sa kawali.

c) Bawasan ang init sa isang kumulo. Isawsaw ang isang tinidor sa pinalo na mga itlog at pagkatapos ay i-drag ito sa sopas, dahan-dahang hinahalo habang ikaw ay pupunta. Pakuluan ang sopas nang hindi nagagambala nang ilang sandali upang maitakda ang mga itlog. Haluin ang sesame oil at sandok ang sopas sa mga serving bowl. Palamutihan ng mga scallion.

MGA BIHON

86. Bawang Noodles

MGA INGREDIENTS:
- ½ libra na sariwang Chinese egg noodles, luto
- 2 tablespoons sesame oil, hinati
- 2 kutsarang light brown sugar
- 2 kutsarang oyster sauce
- 1 kutsarang light soy sauce
- ½ kutsarita ng giniling na puting paminta
- 6 na kutsarang unsalted butter
- 8 sibuyas ng bawang, pinong tinadtad
- 6 scallions, hiniwa ng manipis

MGA TAGUBILIN:

a) Ibuhos ang noodles ng 1 kutsara ng sesame oil at ihalo. Itabi.

b) Sa isang maliit na mangkok, haluin ang brown sugar, oyster sauce, light soy, at puting paminta. Itabi.

c) Init ang isang kawali sa katamtamang init at tunawin ang mantikilya. Idagdag ang bawang at kalahati ng scallion. Igisa sa loob ng 30 segundo.

d) Ibuhos ang sarsa at haluin upang pagsamahin ang mantikilya at bawang. Dalhin ang sauce sa kumulo at idagdag ang noodles. Ihagis ang noodles upang malagyan ng sarsa hanggang sa uminit ang mga ito.

87. Singapore Noodles

MGA INGREDIENTS:
- ½ libra ng tuyong bigas na bigas na pansit
- ½ libra katamtamang hipon, binalatan at hiniwa
- 3 kutsarang langis ng niyog, hinati
- Kosher na asin
- 1 maliit na puting sibuyas, hiniwa sa manipis na piraso
- ½ berdeng paminta, gupitin sa manipis na piraso
- ½ pulang kampanilya paminta, gupitin sa manipis na piraso
- 2 sibuyas ng bawang, pinong tinadtad
- 1 tasa ng frozen na mga gisantes, lasaw
- ½ pound Chinese roast pork, hiniwa sa manipis na piraso
- 2 kutsarita ng curry powder
- Bagong giniling na itim na paminta
- Katas ng 1 kalamansi
- 8 hanggang 10 sariwang cilantro sprigs

MGA TAGUBILIN:

a) Magdala ng isang malaking palayok ng tubig upang pakuluan sa mataas na apoy. Patayin ang apoy at ilagay ang noodles. Ibabad ng 4 hanggang 5 minuto, hanggang sa malabo ang mga pansit. Maingat na alisan ng tubig ang mga noodles sa isang colander. Banlawan ang noodles ng malamig na tubig at itabi.

b) Sa isang maliit na mangkok, lagyan ng patis ang hipon (kung gagamitin) at itabi ng 5 minuto. Kung hindi mo gustong gumamit ng patis, gumamit ng kaunting asin para lagyan ng timpla ang hipon.

c) Init ang isang kawali sa katamtamang init hanggang sa sumirit ang isang patak ng tubig at sumingaw kapag nadikit. Ibuhos ang 2 kutsarang langis ng niyog at paikutin upang mabalutan ang base ng wok. Timplahan ang mantika sa pamamagitan ng pagdaragdag ng kaunting asin. Idagdag ang hipon at iprito sa loob ng 3 hanggang 4 na minuto, o hanggang sa maging pink ang hipon. Ilipat sa isang malinis na mangkok at itabi.

d) Idagdag ang natitirang 1 kutsara ng langis ng niyog at paikutin upang malagyan ang wok. Haluin ang sibuyas, kampanilya, at bawang sa loob ng 3 hanggang 4 na minuto, hanggang sa malambot ang mga sibuyas at paminta. Idagdag ang mga gisantes at iprito hanggang sa uminit lamang, mga isa pang minuto.

e) Idagdag ang baboy at ibalik ang hipon sa kawali. Ihalo kasama ang curry powder at timplahan ng asin at paminta. Idagdag ang noodles at ihalo upang pagsamahin. Magiging maningning na ginintuang dilaw ang noodles habang patuloy mong hinahagis ang mga ito kasama ng iba pang mga sangkap. Ipagpatuloy ang pagprito at paghahagis ng mga 2 minuto, hanggang sa uminit ang noodles.

f) Ilipat ang noodles sa isang platter, ibuhos ang katas ng kalamansi, at palamutihan ng cilantro. Ihain kaagad.

88.Glass Noodles na may Napa Cabbage

MGA INGREDIENTS:
- ½ kalahating kilong tuyong kamote noodles o mung bean noodles
- 2 kutsarang light soy sauce
- 2 kutsarita ng maitim na toyo
- 1 kutsarang oyster sauce
- 1 kutsarita ng asukal
- 2 kutsarang langis ng gulay
- 2 binalatan na sariwang hiwa ng luya
- Kosher na asin
- 1 kutsarita ng Sichuan peppercorns
- 1 maliit na ulo napa repolyo, tinadtad sa kagat-laki ng mga piraso
- ½ pound green beans, pinutol at hinati
- 3 scallion, tinadtad nang magaspang

MGA TAGUBILIN:

a) Sa isang malaking mangkok, palambutin ang noodles sa pamamagitan ng pagbabad sa kanila sa mainit na tubig sa loob ng 10 minuto, o hanggang lumambot. Maingat na alisan ng tubig ang mga noodles sa isang colander. Banlawan ng malamig na tubig at itabi.

b) Sa isang maliit na mangkok, paghaluin ang light soy, dark soy, oyster sauce, at asukal. Itabi.

c) Init ang isang kawali sa katamtamang init hanggang sa sumirit ang isang patak ng tubig at sumingaw kapag nadikit. Ibuhos ang mantika at paikutin upang mabalutan ang base ng wok. Timplahan ang mantika sa pamamagitan ng pagdaragdag ng luya, isang maliit na pakurot ng asin, at ang Sichuan peppercorns. Hayaang sumirit ang luya sa mantika sa loob ng mga 30 segundo, dahan-dahang umiikot. I-scop out ang luya at peppercorns at itapon.

d) Idagdag ang napa repolyo at green beans sa wok at iprito, ihagis at i-flip sa loob ng 3 hanggang 4 na minuto, hanggang malanta ang mga gulay. Ibuhos ang sarsa at ihalo upang pagsamahin.

e) Idagdag ang noodles at ihagis upang pagsamahin ang sarsa at gulay. Takpan at ibaba ang apoy sa medium. Magluto ng 2 hanggang 3 minuto, o hanggang sa maging transparent ang noodles at malambot na ang green beans.

f) Palakihin ang init sa medium-high at alisan ng takip ang wok. Igisa, ihagis at i-scoop ng isa pang 1 hanggang 2 minuto, hanggang lumapot ng bahagya ang sauce. Ilipat sa isang platter at palamutihan ng mga scallion. Ihain nang mainit.

89. Lasing na pansit

MGA INGREDIENTS:
PARA SA MANOK AT MARINADE:
- 2 kutsarang tubig
- 12 ounces hiniwang hita ng manok o dibdib ng manok
- 1 kutsarita ng toyo
- 1 kutsarita ng langis
- 2 kutsarita ng gawgaw

PARA SA NAtitira pang ulam:
- 8 ounces malawak na tuyong bigas, luto
- 1½ kutsarita brown sugar, natunaw sa 1 kutsarang mainit na tubig
- 2 kutsarita ng toyo
- 1 kutsarita maitim na toyo
- 1 kutsarang patis
- 2 kutsarita ng oyster sauce
- kurot ng giniling na puting paminta
- 3 kutsarang gulay o canola oil (hinati)
- 3 cloves ng bawang, hiniwa
- ¼ kutsarita ng sariwang gadgad na luya
- 2 shallots, hiniwa (mga ⅓ tasa)
- 1 scallion, tinadtad sa 3-pulgada na piraso
- 4 Thai red chili peppers, inalis ang binhi at julienned
- 1 tasang maluwag na nakaimpake na holy basil o Thai basil
- 5 hanggang 6 na piraso ng baby corn, hatiin sa kalahati (opsyonal)
- 2 kutsarita ng Shaoxing wine

MGA TAGUBILIN:

a) Ipasok ang 2 kutsarang tubig sa hiniwang manok gamit ang iyong mga kamay hanggang sa masipsip ng manok ang likido. Lagyan ng toyo, mantika, gawgaw, at haluin hanggang mapantayan ang manok. Itabi ng 20 minuto.

b) Pagsamahin ang dissolved brown sugar mixture, toyo, patis, oyster sauce, at puting paminta sa isang maliit na mangkok at itabi.

c) Painitin ang iyong wok hanggang malapit na itong umusok, at ikalat ang 2 kutsarang mantika sa paligid ng perimeter ng wok. Ilagay ang manok at hayaang maluto ng 1 minuto sa bawat panig hanggang sa 90% na itong maluto. Alisin sa kawali at itabi. Kung ang init ay sapat na mataas at nasear mo ang karne ng tama, ang iyong wok ay dapat na malinis pa rin na walang dumidikit dito. Kung hindi, maaari mong hugasan ang wok para hindi dumikit ang rice noodles.

d) Ipagpatuloy ang wok sa mataas na init at magdagdag ng 1 kutsarang mantika, kasama ang bawang at gadgad na luya.

e) Pagkatapos ng ilang segundo, idagdag ang shallots. Igisa sa loob ng 20 segundo at idagdag ang scallions, chili peppers, basil, baby corn at Shaoxing wine. Magprito ng isa pang 20 segundo at idagdag ang rice noodles. Gumamit ng scooping motion upang paghaluin ang lahat ng bagay sa loob ng isa pang minuto hanggang sa uminit ang noodles.

f) Susunod, idagdag ang inihandang pinaghalong sarsa at iprito sa pinakamataas na apoy sa loob ng humigit-kumulang 1 minuto hanggang sa magkapareho ang kulay ng pansit. Mag-ingat na gamitin ang iyong metal na spatula upang simutin ang ilalim ng wok upang maiwasan ang pagdikit.

g) Idagdag ang seared chicken at iprito ng isa pang 1 hanggang 2 minuto. maglingkod!

90. Hakka Noodles

MGA INGREDIENTS:
- ¾ pound sariwang flour-based noodles
- 3 tablespoons sesame oil, hinati
- 2 kutsarang light soy sauce
- 1 kutsarang suka ng bigas
- 2 kutsarita ng light brown sugar
- 1 kutsarita ng sriracha
- 1 kutsarita Langis ng Sili
- Kosher na asin
- Giiling na puting paminta
- 2 kutsarang langis ng gulay
- 1 kutsarang binalatan ng pinong tinadtad na sariwang luya
- ½ ulo ng berdeng repolyo, ginutay-gutay
- ½ pulang kampanilya paminta, hiniwa sa manipis na piraso
- ½ pulang sibuyas, hiniwa sa manipis na patayong mga piraso
- 1 malaking karot, binalatan at tinadtad
- 2 sibuyas ng bawang, pinong tinadtad
- 4 scallions, hiniwa ng manipis

MGA TAGUBILIN:

a) Pakuluan ang isang palayok ng tubig at lutuin ang pansit ayon sa mga tagubilin sa pakete. Alisan ng tubig, banlawan, at ihagis ng 2 kutsara ng sesame oil. Itabi.

b) Sa isang maliit na mangkok, haluin ang light soy, rice vinegar, brown sugar, sriracha, chili oil, at isang kurot bawat asin at puting paminta. Itabi.

c) Init ang isang kawali sa katamtamang init hanggang sa sumirit ang isang patak ng tubig at sumingaw kapag nadikit. Ibuhos ang langis ng gulay at paikutin upang mabalot ang base ng wok. Timplahan ang mantika sa pamamagitan ng pagdaragdag ng luya at kaunting asin. Hayaang sumirit ang luya sa mantika sa loob ng mga 10 segundo, paikutin nang marahan.

d) Idagdag ang repolyo, kampanilya, sibuyas, at karot at iprito sa loob ng 4 hanggang 5 minuto, o hanggang malambot ang mga gulay at bahagyang mag-caramelize ang sibuyas. Idagdag ang bawang at iprito hanggang mabango, mga 30 segundo pa. Haluin ang pinaghalong sarsa at pakuluan. Bawasan ang init sa katamtaman at kumulo ang sarsa sa loob ng 1 hanggang 2 minuto. Idagdag ang scallions at ihagis upang pagsamahin.

e) Idagdag ang noodles at ihalo upang pagsamahin. Palakihin ang init sa medium-high at ihalo sa loob ng 1 hanggang 2 minuto upang mapainit ang noodles. Ilipat sa isang platter, ibuhos ang natitirang 1 kutsara ng sesame oil, at ihain nang mainit.

91. Gulay na Lo Mein

MGA INGREDIENTS:
- 8 Ounces Hilaw na Spaghetti
- ¼ tasang Langis ng Gulay
- 2 Tasang Sariwang Hiniwang Mushroom
- 1 tasang ginutay-gutay na karot
- ½ Tasang Hiniwang Pulang Bell Peppers
- 1 sibuyas, tinadtad
- 2 siwang Bawang, tinadtad
- 2 Tasang Sariwang Bean Sprout
- ½ tasang tinadtad na berdeng sibuyas
- 1 Kutsarita ng Cornstarch
- 1 tasang Sabaw ng Manok
- ¼ tasang Hoisin Sauce
- 2 Kutsarang Honey
- 1 Kutsarang Soy Sauce
- 1 Kutsaritang Grated Fresh Ginger
- ¼ Kutsarita ng Cayenne Pepper
- ¼ Kutsaritang Curry Powder

MGA TAGUBILIN:

a) Kumuha ng kasirola at punuin ng 2-3 tasa ng tubig na may ½ kutsaritang asin. Hayaang kumulo.

b) Magdagdag ng pasta at maglabo ng 8-9 minuto. Patuyuin at ilagay sa isang tabi.

c) Init ang mantika sa kawali at iprito ang mga mushroom, sibuyas, karot, paminta at bawang sa loob ng 5-6 minuto.

d) Magdagdag ng beans, berdeng sibuyas, sprouts at pukawin ng 1 minuto.

e) Kumuha ng mangkok magdagdag ng sabaw ng manok, gawgaw at haluing mabuti.

f) Ibuhos ang halo na ito sa stir fry.

g) Magdagdag ng luya, hoisin sauce, cayenne pepper, honey at curry powder. Haluin mabuti.

h) Hayaang magluto ng 5-10 minuto.

i) Ilipat ang spaghetti at ihalo.

j) maglingkod.

92. Sichuan dan dan noodles

MGA INGREDIENTS:
PARA SA CHILI OIL:
- 2 kutsarang Sichuan pepper-corns
- 1-pulgada ang haba na piraso ng kanela
- 2-star anise
- 1 tasang mantika
- ¼ tasa ng dinurog na pulang paminta na mga natuklap

PARA SA KARNE AT SUI MI YA CAI:
- 3 kutsarita ng langis (hinati)
- 8 ounces giniling na baboy
- 2 kutsarita ng sweet bean sauce o hoisin sauce
- 2 kutsarita ng Shaoxing wine
- 1 kutsarita maitim na toyo
- ½ kutsarita limang spice powder
- ⅓ tasa sui mi Ya cai

PARA SA SAUCE:
- 2 kutsarang sesame paste (tahini)
- 3 kutsarang toyo
- 2 kutsarita ng asukal
- ¼ kutsarita limang spice powder
- ½ kutsarita ng Sichuan peppercorn powder
- ½ tasa ng iyong inihandang chili oil
- 2 cloves bawang, napaka pinong tinadtad
- ¼ tasa ng mainit na tubig sa pagluluto mula sa pansit

PARA SA Noodles AT GULAY:
- 1 libra sariwa o pinatuyong puting pansit, katamtamang kapal
- 1 maliit na bungkos na madahong gulay (spinach, bok choy, o choy sum)

PARA MAGTITIPON:
- tinadtad na mani (opsyonal)
- tinadtad na scallion

MGA TAGUBILIN:

a) Upang gawin ang pinaghalong karne: Sa isang kawali, painitin ang isang kutsarita ng mantika sa katamtamang apoy, at kayumanggi ang giniling na baboy. Idagdag ang sweet bean sauce, Shaoxing wine, dark soy sauce, at limang spice powder. Magluto hanggang ang lahat ng likido ay sumingaw. Itabi. Init ang iba pang 2 kutsarita ng mantika sa kawali sa katamtamang init, at igisa ang sui mi ya cai (adobo na gulay) sa loob ng ilang minuto. Itabi.

b) Para gawin ang sarsa: Paghaluin ang lahat ng sangkap ng sarsa. Tikman at ayusin ang pampalasa kung gusto mo. Maaari mong paluwagin ito ng mas mainit na tubig, magdagdag ng higit pang Sichuan peppercorn powder.

c) Para ihanda ang noodles at veggies: Iluto ang noodles ayon sa packagemga tagubilin atalisan ng tubig. Paputiin ang mga gulay sa tubig ng pansit, at alisan ng tubig.

d) Hatiin ang sarsa sa apat na mangkok, na sinusundan ng mga pansit at mga madahong gulay. Idagdag ang nilutong baboy at sui mi ya cai sa ibabaw. Budburan ng tinadtad na mani (opsyonal) at scallion.

e) Paghaluin ang lahat at magsaya!

SINANGAG

93. Itlog sinangag

MGA INGREDIENTS:
- 5 tasang lutong bigas
- 5 malalaking itlog (hinati)
- 2 kutsarang tubig
- ¼ kutsarita ng paprika
- ¼ kutsarita ng turmerik
- 3 kutsarang mantika (hinati)
- 1 katamtamang sibuyas, pinong tinadtad
- ½ pulang kampanilya paminta, pinong tinadtad
- ½ tasa ng frozen na mga gisantes, lasaw
- 1½ kutsarita ng asin
- ¼ kutsarita ng asukal
- ¼ kutsarita ng itim na paminta
- 2 scallions, tinadtad

MGA TAGUBILIN:

a) Gumamit ng isang tinidor upang hiwain ang bigas at paghiwa-hiwalayin ito. Kung gumagamit ka ng bagong lutong kanin, hayaan itong tumayo sa counter na walang takip hanggang sa huminto ito sa pagsingaw bago ito i-fluff.

b) Talunin ang 3 itlog sa isang mangkok. Talunin ang iba pang 2 itlog sa isa pang mangkok, kasama ang 2 kutsarang tubig, paprika, at turmerik. Itabi ang dalawang mangkok na ito.

c) Init ang isang kawali sa katamtamang init, at magdagdag ng 2 kutsarang mantika. Idagdag ang 3 pinalo na itlog (walang pampalasa), at i-scramble ang mga ito. Alisin ang mga ito mula sa kawali at itabi.

d) Init ang wok sa sobrang init, at idagdag ang huling kutsarang mantika. Idagdag ang tinadtad na sibuyas at kampanilya. Paghaluin ng 1-2 minuto. Susunod, idagdag ang kanin at iprito sa loob ng 2 minuto, gamit ang isang scooping motion upang init ang kanin nang pantay. Gamitin ang iyong wok spatula upang patagin at paghiwa-hiwalayin ang anumang kumpol ng bigas.

e) Susunod, ibuhos ang natitirang hilaw na itlog at pinaghalong pampalasa sa ibabaw ng kanin, at iprito nang halos 1 minuto, hanggang sa mabalot ng itlog ang lahat ng butil ng bigas.

f) Idagdag ang mga gisantes at patuloy na iprito para sa isa pang minuto. Sunod na ikalat ang asin, asukal, at itim na paminta sa ibabaw ng kanin at ihalo. Dapat mo na ngayong makita ang ilang singaw na lumalabas sa bigas, na nangangahulugang ito ay pinainit.

94. Pinausukang Trout Fried Rice

MGA INGREDIENTS:
- 2 malalaking itlog
- 1 kutsarita ng sesame oil
- Kosher na asin
- Giiling na puting paminta
- 1 kutsarang light soy sauce
- ½ kutsarita ng asukal
- 3 tablespoons ghee o vegetable oil, hinati
- 1 kutsarita binalatan ng pinong tinadtad na sariwang luya
- 2 sibuyas ng bawang, pinong tinadtad
- 3 tasang malamig na lutong kanin
- 4 ounces pinausukang trout, pinaghiwa-hiwa sa kasing laki ng mga piraso
- ½ tasa ng manipis na hiniwang puso ng romaine lettuce
- 2 scallions, hiniwa ng manipis
- ½ kutsarita ng puting linga

MGA TAGUBILIN:

a) Sa isang malaking mangkok, haluin ang mga itlog na may sesame oil at isang kurot bawat isa ng asin at puting paminta hanggang sa pagsamahin lamang. Sa isang maliit na mangkok, haluin ang light soy at asukal upang matunaw ang asukal. Itabi.

b) Init ang isang kawali sa katamtamang init hanggang sa sumirit ang isang patak ng tubig at sumingaw kapag nadikit. Ibuhos ang 1 kutsara ng ghee at paikutin upang mabalot ang base ng wok. Idagdag ang pinaghalong itlog at, gamit ang isang hindi tinatablan ng init na spatula, paikutin at kalugin ang mga itlog upang maluto. Ilipat ang mga itlog sa isang plato kapag luto lang ngunit hindi tuyo.

c) Idagdag ang natitirang 2 kutsara ng ghee sa wok, kasama ang luya at bawang. Mabilis na iprito hanggang sa maging mabango na lamang ang bawang at luya, ngunit ingatan na huwag masunog. Idagdag ang pinaghalong bigas at toyo at haluin upang pagsamahin. Ipagpatuloy ang pagprito, mga 3 minuto. Idagdag ang trout at nilutong itlog at iprito para masira ang mga ito, mga 20 segundo. Idagdag ang lettuce at scallions at iprito hanggang pareho silang matingkad na berde.

d) Ilipat sa isang serving platter at budburan ng sesame seeds.

95. Classic pork fried rice

MGA INGREDIENTS:
- 1 kutsarang mainit na tubig
- 1 kutsarita ng pulot
- 1 kutsarita ng sesame oil
- 1 kutsarita ng Shaoxing wine
- 1 kutsarang toyo
- 1 kutsarita maitim na toyo
- ¼ kutsarita puting paminta
- 5 tasang nilutong puting bigas
- 1 kutsarang mantika
- 1 katamtamang sibuyas, diced
- 1 pound Chinese BBQ pork, hiwa-hiwain
- 2 itlog, piniritong
- ½ tasang mung bean sprouts
- 2 scallions, tinadtad

MGA TAGUBILIN:

a) Magsimula sa pamamagitan ng pagsasama-sama ng mainit na tubig, pulot, sesame oil, Shaoxing wine, toyo, maitim na toyo, at puting paminta sa isang maliit na mangkok.

b) Kunin ang iyong nilutong kanin at hilumin ito gamit ang isang tinidor o gamit ang iyong mga kamay.

c) Gamit ang wok sa katamtamang init, magdagdag ng isang kutsarang mantika at igisa ang mga sibuyas hanggang sa translucent. Haluin ang inihaw na baboy. Idagdag ang kanin at haluing mabuti. Idagdag ang pinaghalong sarsa at asin, at haluin gamit ang isang scooping motion hanggang sa pantay na malagyan ng sauce ang kanin.

d) Ihagis ang iyong mga itlog, mung bean sprouts, at scallion. Paghaluin nang lubusan para sa isa pang minuto o dalawa at ihain!

96.Chinese Chicken Fried Rice

MGA INGREDIENTS:
- 1 Itlog
- 1 Kutsarang Tubig
- 1 Kutsarang Mantikilya
- 1 Kutsarang Langis ng Gulay
- 1 sibuyas, tinadtad
- 2 Tasang Lutong Puting Kanin, Malamig
- 2 Kutsarang Soy Sauce
- 1 Kutsarita ng Ground Black Pepper
- 1 tasang niluto, tinadtad na karne ng manok

MGA TAGUBILIN:

a) Kumuha ng isang mangkok magdagdag ng tubig at itlog, talunin ng mabuti.

b) Matunaw ang mantikilya sa kawali idagdag ang aming pinaghalong itlog at magluto ng 1-2 minuto. Gupitin sa mga piraso pagkatapos alisin mula sa init.

c) Kumuha ng isang kasirola at init ng mantika, magprito ng sibuyas sa loob ng 1-2 minuto.

d) Magdagdag ng manok, toyo, paminta at iprito ng 5 minuto.

e) Ngayon magdagdag ng nilutong itlog at lutong kanin, ihalo nang maigi at patayin ang apoy.

f) maglingkod.

97. Fried Rice na may Hipon, Itlog, at Scallions

MGA INGREDIENTS:
- 2 kutsarang langis ng gulay
- Kosher na asin
- 1 malaking itlog, pinalo
- ½ kalahating kilong hipon (anumang laki), binalatan, hiniwa, at hiniwa sa laki ng kagat
- 1 kutsarita binalatan ng pinong tinadtad na sariwang luya
- 2 sibuyas ng bawang, pinong tinadtad
- ½ tasa ng frozen na mga gisantes at karot
- 2 scallions, hiniwa ng manipis, hinati
- 3 tasang malamig na lutong kanin
- 3 kutsarang unsalted butter
- 1 kutsarang light soy sauce
- 1 kutsarang sesame oil

MGA TAGUBILIN:

a) Init ang isang kawali sa katamtamang init hanggang sa sumirit ang isang patak ng tubig at sumingaw kapag nadikit. Ibuhos ang langis ng gulay at paikutin upang mabalot ang base ng wok. Timplahan ang mantika sa pamamagitan ng pagdaragdag ng kaunting asin. Idagdag ang itlog at mabilis na i-scramble.

b) Itulak ang itlog sa mga gilid ng wok upang lumikha ng gitnang singsing at idagdag ang hipon, luya, at bawang nang magkasama. Igisa ang hipon na may kaunting asin sa loob ng 2 hanggang 3 minuto, hanggang sa maging malabo at kulay rosas ang mga ito. Idagdag ang mga gisantes at karot at kalahati ng scallions at iprito ng isa pang minuto.

c) Idagdag ang kanin, paghiwa-hiwalayin ang anumang malalaking bukol, at ihagis at i-flip upang pagsamahin ang lahat ng sangkap. Magprito ng 1 minuto, pagkatapos ay itulak ang lahat sa mga gilid ng wok, na nag-iiwan ng isang balon sa ilalim ng wok.

d) Idagdag ang mantikilya at magaan na toyo, hayaang matunaw ang mantikilya at bula, pagkatapos ay ihalo ang lahat upang malagyan ng coat, mga 30 segundo.

e) Ikalat ang pritong kanin sa isang pantay na layer sa kawali at hayaang umupo ang kanin sa wok ng mga 2 minuto upang bahagyang malutong. Magpahid ng sesame oil at timplahan ng isa pang maliit na kurot ng asin. Ilipat sa isang platter at ihain kaagad, palamutihan ng natitirang mga scallion.

98. Spam Fried Rice

MGA INGREDIENTS:
- 1 kutsarang langis ng gulay
- 2 binalatan na sariwang hiwa ng luya
- Kosher na asin
- 1 (12-onsa) na lata ng Spam, gupitin sa ½-pulgadang cube
- ½ puting sibuyas, gupitin sa ¼-inch cube
- 2 sibuyas ng bawang, pinong tinadtad
- ½ tasa ng frozen na mga gisantes at karot
- 2 scallions, hiniwa ng manipis, hinati
- 3 tasang malamig na lutong kanin
- ½ tasa ng de-latang mga tipak ng pinya, nakareserba ang mga juice
- 3 kutsarang unsalted butter
- 2 kutsarang light soy sauce
- 1 kutsarita ng sriracha
- 1 kutsarita light brown sugar
- 1 kutsarang sesame oil

MGA TAGUBILIN:

a) Init ang isang kawali sa katamtamang init hanggang sa sumirit ang isang patak ng tubig at sumingaw kapag nadikit. Ibuhos ang langis ng gulay at paikutin upang mabalot ang base ng wok. Timplahan ang mantika sa pamamagitan ng pagdaragdag ng luya at kaunting asin. Hayaang sumirit ang luya sa mantika sa loob ng mga 30 segundo, dahan-dahang umiikot.

b) Idagdag ang diced Spam at ikalat ito nang pantay-pantay sa ilalim ng wok. Hayaang masunog ang Spam bago ihagis at i-flip. Patuloy na iprito ang Spam sa loob ng 5 hanggang 6 na minuto, hanggang sa ito ay maging ginto at malutong sa lahat ng panig.

c) Idagdag ang sibuyas at bawang at iprito nang halos 2 minuto, hanggang sa magsimulang magmukhang translucent ang sibuyas. Idagdag ang mga gisantes at karot at kalahati ng scallion. Magprito ng isa pang minuto.

d) Ihagis ang kanin at pinya, hatiin ang anumang malalaking kumpol ng bigas, at ihagis at i-flip upang pagsamahin ang lahat ng sangkap. Magprito ng 1 minuto, pagkatapos ay itulak ang lahat sa mga gilid ng wok, na nag-iiwan ng isang balon sa ilalim ng wok.

e) Idagdag ang mantikilya, nakareserbang pineapple juice, light soy, sriracha, at brown sugar. Haluin upang matunaw ang asukal at pakuluan ang sarsa, pagkatapos ay lutuin ng halos isang minuto upang mabawasan ang sarsa at bahagyang lumapot. Pagsamahin ang lahat upang i-coat, mga 30 segundo.

f) Ikalat ang pritong kanin sa isang pantay na layer sa wok at hayaang umupo ang kanin sa wok upang bahagyang malutong, mga 2 minuto. Alisin ang luya at itapon. Magpahid ng sesame oil at timplahan ng isa pang maliit na kurot ng asin. Ilipat sa isang platter at palamutihan ng natitirang mga scallion. Ihain kaagad.

99. Chinese Stir-Fried Vegetable Over Rice

MGA INGREDIENTS:
- 1 tasang Hiniwang Manipis na Sibuyas
- 1 kutsarita tinadtad na Bawang
- 1 kutsarita Grated Gingerroot
- 1/4 tasa Dry Sherry
- 1 tasang Hiniwang Bok Choy
- 1/2 tasa Broccoli Florets (pinutol-putol)
- 1/2 tasa Hiniwang Mushroom
- 1/2 tasa Julienned Red Bell Pepper
- 1/4 tasa na Tinanggal na Stock ng Manok
- 1 tasang Mung Bean Sprout
- 1/2 kutsarita ng Chinese Five-Spice Powder
- 1 kutsarang Low-Sodium Soy Sauce o Tamari Sauce (adjust sa panlasa)
- 1 kutsarang Arrowroot Powder

MGA TAGUBILIN:

a) Sa isang wok o isang malaking kawali sa katamtamang init, igisa ang manipis na hiniwang sibuyas, tinadtad na bawang, at gadgad na gingerroot sa dry sherry sa loob ng mga 5 minuto, madalas na pagpapakilos.

b) Idagdag ang hiniwang bok choy, broccoli florets, mushroom, red bell pepper, at chicken stock. Takpan at pasingawan ang pinaghalong hanggang ang mga gulay ay umabot sa malambot at malutong na pagkakapare-pareho, na dapat tumagal ng humigit-kumulang 5 minuto.

c) Idagdag ang mung bean sprouts at lutuin ng karagdagang 1 minuto.

d) Sa isang maliit na mangkok, pagsamahin ang Chinese five-spice powder, low-sodium soy sauce (o tamari), at arrowroot powder. Idagdag ang halo na ito sa stir-fry at lutuin hanggang sa lumapot ang sauce, na dapat tumagal ng mga 1 minuto.

e) Ihain ang iyong masarap na Chinese stir-fried vegetables sa ibabaw ng kanin habang ito ay mainit.

f) Tangkilikin ang malusog at masarap na ulam na ito!

100. Chinese Sausage Fried Rice

MGA INGREDIENTS:
- 3 Chinese na sausage
- 4 tasang Malamig na Lutong Bigas
- 2 Scallion Stalk (hanggang sa)
- 3 kutsarang Cooking Oil
- 1/2 kutsarita Asin

MGA TAGUBILIN:

a) Ilagay ang mga Chinese sausage sa isang mababaw, ngunit hindi patag, ulam at i-steam ang mga ito sa loob ng 15 minuto. (Sumangguni sa "How-to Section" para sa steaming instructions.)

b) Pagkatapos mag-steam, hayaang lumamig nang bahagya ang mga sausage. Pagkatapos, gupitin ang mga ito sa maliliit na piraso, at siguraduhing ireserba ang mga drippings.

c) Hatiin at paghiwalayin ang malamig na lutong kanin, kasunod ng prosesong nakabalangkas sa hakbang 1 ng "Simple Fried Rice." Gupitin ang mga tangkay ng scallion sa 1/2-inch na mga seksyon.

d) Init ang mantika sa kawali o malaking kawali hanggang umusok ito. Idagdag ang kanin at ihalo upang bahagyang init ito.

e) Idagdag ang mga piraso ng sausage, ang nakareserbang drippings, scallions, at asin sa wok. Haluin ang pinaghalong hanggang sa tuluyang uminit, pagkatapos ay ihain.

f) Tangkilikin ang iyong masarap na Chinese sausage fried rice!

KONGKLUSYON

Habang tinatapos namin ang aming paglalakbay sa pagluluto sa pamamagitan ng mga sikreto ng tunay na lutuing Tsino, umaasa kaming hindi mo lang pinagkadalubhasaan ang mga recipe kundi nagkaroon ka rin ng mas malalim na pagpapahalaga sa masaganang tapiserya ng mga tradisyon sa pagluluto ng Tsino. Mula sa maanghang na init ng Sichuan hanggang sa maselan na kasiningan ng Cantonese dim sum, ang lutuing Chinese ay isang mundo sa sarili nito, at kakamot ka lang sa ibabaw.

Tandaan na ang bawat ulam na inihahanda mo ay may kasamang piraso ng kasaysayan at kultura ng Tsino. Ang pagkain ay isang unibersal na wika, at sa pamamagitan ng paggalugad sa mga lasa ng China, nakakonekta ka sa isang kultura na nagpapahalaga sa tradisyon, pamilya, at kagalakan ng pagsalo ng pagkain.

Hinihikayat ka naming ipagpatuloy ang iyong paggalugad sa culinary, mag-eksperimento sa mga lasa, diskarte, at espesyalidad sa rehiyon. At huwag kalimutan, ang puso ng Chinese cuisine ay nasa balanse ng yin at yang, kaya maging malikhain, maging matapang, at higit sa lahat, tamasahin ang paglalakbay habang patuloy mong binubuksan ang mga lihim ng tunay na Chinese cuisine sa iyong sariling kusina. Maligayang pagluluto!

www.ingramcontent.com/pod-product-compliance
Lightning Source LLC
Chambersburg PA
CBHW071307110526
44591CB00010B/814